# గురజాడ కథానికలు

సంపాదకులు

## సెట్టి ఈశ్వరరావు

 నవచేతన పబ్లిషింగ్ హౌస్

# GURAJADA KATHANIKALU

- *Edited by Setti Eswara Rao*


ప్రచురణ నెం. : 555/20 R3

ప్రతులు : 1000

మూడవ ముద్రణ : జూన్, 2023

గత ముద్రణలు
1984, 1987, 1990,
1994, 2001, 2004,
2006, 2007, 2009,
2011, 2014, 2015,
2017, 2019


© ప్రచురణకర్తలు


వెల: ₹ 100/-

ప్రతులకు:

**నవచేతన పబ్లిషింగ్ హౌస్**

12-1-493/VA,

గిరిప్రసాద్ భవన్, బండ్లగూడ(నాగోల్), జి.ఎస్.ఐ. పోస్ట్

హైదరాబాద్-500068. తెలంగాణ.

ఫోన్: 040-29884453/54.

***E-mail:*** navachethanaph@gmail.com

***Website:*** www.navachethanabooks.com

**నవచేతన బుక్ హౌస్**

బ్యాంక్ స్ట్రీట్ (అబిడ్స్), హిమాయత్‌నగర్,

బండ్లగూడ(నాగోల్)-హైదరాబాద్.

హన్మకొండ.


- ప్రచురణకర్తలు.


ముద్రణ : నవచేతన ప్రింటింగ్ ప్రెస్, హైదరాబాద్.

విజయనగరంలో గురజాడ జీవితాంతం వరకు వుండిన యిల్లు

చనిపోవడానికి ముందర నిర్మాణం పూర్తి అయింది
గృహప్రవేశమూ జరిగింది. కాని నివసించలేదు.

రాయవరంలో జన్మించిన యిల్లు

విజయనగరంలో గురజాడ అప్పారావు రోడ్

# ఆధునిక భాషా సాహిత్యాల యుగకర్త

తెలుగు భాషా సాహిత్యాలలో పెద్ద మార్పులు రెండుసార్లు వచ్చాయి.

రమారమీ వెయ్యేళ్ళ క్రితం నన్నయ్య (11వ శతాబ్దం), ఆయనకు ముందర వుండిన కవులు తెచ్చిన మార్పు మొదటిది.

మన కాలానికి దగ్గర, సుమారు నూరేళ్ళ క్రితం వచ్చిన మార్పు రెండోది. ఇది గురజాడ అప్పారావు (1862–1915) ద్వారా వచ్చింది.

ఈ రెండు మార్పులకు వెనక వున్నవి, రెండు విధాలైన చారిత్రక పరిస్థితులు.

నన్నయ కాలంలో తెలుగు భాషా వికాసానికి అనువైన సామాజిక పునాదిగా వున్నది. ఏలుబడి చేస్తూవుండిన ఫ్యూడల్ (భూస్వామ్య) వర్గం. వారి అవసరాలు, నమ్మకాలు, అభిరుచులు అప్పటి నాగరికత అంతట్లో ప్రతిఫలించినట్టుగనే భాషా సాహిత్యాలలోనూ ప్రతిఫలించాయి. అందుకు తగ్గట్టుగా, "రాజకులైక భూషణు"డైన రాజరాజ నరేంద్రుడు తన "కుల బ్రాహ్మణు ననురక్తు నవిరళ జప హోమ తత్పరు"డైన నన్నయను మహా భారతాన్ని "తెనుగున రచియింప"మని కోరడమూ, ఆయన రాయడమూ జరిగింది. రాజరాజ నరేంద్రుని "హృదయంబున ననవరతంబును శ్రీ మహా భారతంబు నందలి యభిప్రాయంబు విన నభిలాష పెద్దయై" వున్నదట.[1]

ఫ్యూడల్ వర్గం, ఆ వర్గం భావాలు గురజాడ అప్పారావు కాలం వరకూ పాతుకపోయి వుండడంవల్ల, ఎనిమిది శతాబ్దాలు గడిచేవరకూ సాహిత్యంలో పెద్ద మార్పు లేవీ రాలేదు (పురాణ రచన దశ నుండి ప్రబంధ రచన వంటి చిన్న మార్పులు తప్ప). కఠిన శైలిలో కాకుండా కొంతగా సులభ శైలిలో వున్న రంగనాథ రామాయణం (13వ శతాబ్దం), బసవ పురాణం (12వ శతాబ్దం), పల్నాటి వీర చరిత్ర (14వ శతాబ్దం) వంటి కొత్త పోకడలు అప్పుడప్పుడు రాకపోలేదు. అవి పెద్ద మార్పులుగా చెప్పవలసినవి కావు. అవైనా సాహిత్యంలో నిలవదొక్కుకోవడం జరగలేదు.

ఆయన కాలానికి కాస్త ముందర నుంచీ ఇంగ్లీషువారి పాలన మూలంగా ఫ్యూడలిజం క్షీణిస్తూ వుండడమూ, పెట్టుబడిదారీ సంబంధాలు నానాటికీ గట్టి పడడమూ, మునుపెన్నడూలేని ఆధునిక విద్య వ్యాపించడమూ, హేతుబద్ధమైన శాస్త్రీయ దృష్టిని అలవర్చుకుంటూ వుండిన మధ్యతరగతి విద్యావంతులు రూపొందుతూ వుండడమూ జరిగాయి. ఈ పరిస్థితి రెండో మార్పుకు కారణం.

మొదటి మార్పువల్ల, పై అంతస్తుల్లోని అతి కొద్ది మందికి మాత్రమే అందుబాటులోనూ, అవగాహనలోనూ వుండిన సంస్కృత భాషా సాహిత్యాల పట్టు కొంతవరకు సడలింది.

---

*1. ఆదిపర్వం, అవతారిక.*

ఇందుచేత, పై అంతస్తులవారికే పరిమితమయినా, తెలుగు భాషా సాహిత్యాలకు నామరూపాలు వచ్చాయి. ప్రజా సామాన్యానికి వాడుక భాష కాని సంస్కృతం స్థానంలో తెలుగు కొద్దిగా చోటు చేసుకుంది.

రెండో పెద్ద మార్పువల్ల, అధిక భాగం ప్రజల వాడుకలో లేని ప్రాచీన తెనుగు కఠిన భాషా సాహిత్యాల హోరు తగ్గిపోవడమూ, అంతమందీ వాడుక చేసే తెలుగు వ్యావహారిక భాష కావ్య భాష అవడమూ జరిగాయి.

మొదటి మార్పు, తెలుగు కావ్య భాషారత తెచ్చిందన్న సంతోషమే కాని, ఆ కావ్యాలన్నీ సంస్కృత కావ్యాల పోలికవే. వాటి మారుమోతలే. అవే "అసంభావ్యములు", "మేఘ సంచారములు",[1] అవే "అందమైన అబద్ధాలు",[2] అడ్డూ ఆపూ లేని శృంగార వర్ణనలూ, పాషాణ పాకాలూ.

మెరుగైన జైన, బౌద్ధ మతాల స్థానంలో వర్ణ వ్యవస్థ, కర్మ సిద్ధాంతం మొదలైన విశ్వాసాల ప్రాతిపదికతో శిథిలమవుతూ వుండిన, వున్న తన మత పునరుద్ధరణ, ప్రాబల్యం నన్నయ్య "మహా భారత సంహితా రచన బంధురు" డవడానికి మూల కారణం. కాని తెలుగును కావ్య భాషగా రూపొందించటం ఒక మహోపకారం. గురజాడ తెచ్చిన రెండో పెద్ద మార్పు ప్రగతి విరుద్ధమైన పోకడ వున్నది కాదు.

సామాన్య మానవులకు అయోమయంగా వుండే కఠిన శైలి మాట అటుంచి, నిరాధారాలను నిజమని నమ్మడం, నమ్మించడం ప్రాచీన కావ్యకర్తలకు పరిపాటి. పెద్దన్న (16వ శతాబ్దం) తన కథ కోసం వర్ణించిన హిమాలయాలు ఆయన ఊహాలోకం లోనివి. సూర్యోదయమంటే సూర్యుడు ఏడు గుర్రాల రథం మీద రావడం, సూర్యాస్తమయం అంటే పడమటికొండ చాటుకు వెళ్ళి పోవడమనీ, భూమి బల్లపరుపుగా వుండడం వల్ల హిరణ్యాక్షుడు దానిని చాపను చుట్టినట్టు చుట్టేశాడనీ, ఆ భూమిని మోసేది ఎనిమిది ఏనుగులనీ ప్రాచీన కావ్యాలు మనకు పసితనం నుంచీ తలలో నూరిపోస్తాయి.

శృంగార వర్ణనకు పూనుకున్నప్పుడు, ప్రాచీన కవులు కట్టు తప్పి విజృంభించకుండా నిగ్రహించుకోలేరు. చెప్పేది తల్లి వరసలో వున్న దేవుళ్ళ భార్యలైనా సరే, ముదురు పాకం తప్పదు. భక్తి పారవశ్యానికి పేరువడిన మహా భాగవతం (14వ శతాబ్దం) వంటి పురాణంలో సైతం యిది తప్పలేదు. ఉదహరించడానికి సాధ్యం కానివీ, చాలా పచ్చివీ, ప్రాచీన సాహిత్యంలో కొల్లలుగా వున్నాయి.

వాస్తవికత, ప్రజాహితం, సత్ప్రయోజనం, పరిశుద్ధమైన అభిరుచి దృష్టితో చూస్తే, మొదటి మార్పు కంటె రెండో మార్పు గొప్పది. కోరతగ్గది. ప్రాచీన సాహిత్యం కొన్ని విషయాల్లో ఎంతగా మెచ్చుకోవలసినదయినా, అది నిజానిజాల్ని, వాస్తవ జీవితాన్ని పట్టించుకోని కేవల కల్పన, నేల విడిచిన సాము. అందువల్ల, అది జీవితానికి, జీవితానుభవాలకు చెందనిదీ, పొందనిదీ అయిపోయింది. మనో వికాసానికి అడ్డంకి

---

1. *కట్టమంచి రామలింగారెడ్డి (1886-1951) "కవిత్వ తత్వ విచారము."*
2. *శ్రీశ్రీ (1910-1983) విదేశాంధ్ర ప్రచురణల (లండన్) "మహా ప్రస్థానం" పీఠిక.*

అయిపోయింది. రెండో మార్పువల్ల సుస్థాపితమైన ఆధునిక భాషా సాహిత్యాలు యిందుకు భిన్నమైనవి. యదార్థ జీవితాన్ని ప్రతిబింబిస్తూ, పురోగతికి దారి చూపుతూ విస్తృత ప్రజానీకంతో పెనవేసుకొని వుండడం, వీటి విశిష్టత.

పండిత కవులు సృష్టించి, రాజులు, ధనికులు ఆదరించిన సాహిత్యం సభా మందిరాల లోపల మారుమోగుతూ వుంటే, ఆరుబయట పేద సాదలూ, నిరక్షరాస్యులూ సృష్టి చేసుకొని పాడి, ఆడి ఆనందించినది ప్రజా సాహిత్యం. ఈ రెండు రకాల సాహిత్యాలదీ, దేని దారి దానిదే. ఒకటి అతిగా చదువుకున్న వారిదైతే, యింకోటి అసలు చదువే లేనివారిది, పెద్ద చదువులు లేనివారిదీ. ఈ సాహిత్యాలు ఒకటి ఊహాలోక, పరలోకమయంగా వుంటే, యింకోటి ఎక్కువ భాగం భూలోకానిది.

అగ్ర కులాలవారు తప్పితే తక్కున వారందరూ, యావన్మంది స్త్రీలూ విద్యకు వెలి అయివుండడంవల్ల, పై అంతస్తుల్లోని శిష్టుల సాహిత్యం శిష్టులకే పరిమితమైపోయింది. తక్కినవారు తమకు వచ్చినంతలో, తమకు నచ్చినట్టుగా కల్పించుకున్న సాహిత్యం, శిష్ట సాహిత్యానికి భిన్నమైన జానపద సాహిత్యమనబడే ప్రజా సాహిత్యం.

జీవితం దుర్భరం, దుస్సహం అయిపోయినప్పుడు (మార్గ) కవిత్వంలో, ముఖ్యంగా శతక కవిత్వంలో అసమ్మతి ధ్వనులు వినిపించేవి. "రాజుల్ మత్తులు వారి సేవ నరక ప్రాయంబు..." (కాళహస్తీశ్వర శతకం, 16వ శతాబ్దం); యిటువంటివారే పోతన్నగారి "‥ కర్ణాట కిరాట కీచకులు..." (మహా భాగవతం, 15వ శతాబ్దం). జానపద సాహిత్యానికి చెందిన తత్త్వాలవంటి వాటిలో ఆనాటి పరిస్థితులకు అసమ్మతి ప్రకటనలు తరచు వినిపిస్తుంటాయి. కాల మహిమవల్ల, జానపదుల సాహిత్యంలోనూ నిజాలు కాని నిరాధారాలు, పుక్కిటి పురాణ గాథలు వుండకపోవు. కాని సామాన్యుల కష్టసుఖాలు, వేడుకలు, వినోదాలు, శ్రమ జీవన విషయాలు ఎక్కువ. ఇటువంటివి శిష్టుల సాహిత్యంలో వెతికితేకాని దొరకవు. వారి కాలం, వారి జీవిత విధానం వారి నాదారిని నడిపించాయి.

ఈ సందర్భంలో విశిష్టునిగా పేర్కొనవలసిన కవి వేమన. వడపోసిన జీవితానుభవసారాన్ని తేలిక మాటలలో, సులభ ఛందస్సులలో సూటిగా చెప్పిన సాటిలేని కవి ఆయన. వేమన నిజమైన "నానా రుచిరార్థ సూక్తి నిధి." పూర్వ సాహిత్యానికీ, గురజాడ సాహిత్యానికీ మధ్య వారధి ఆయన. పండిత పామర జనరంజకంగా వున్న వేమన పద్యాలు యిటీవలి కాలం వరకు పండితామోదాన్ని నోచుకోలేదు.

సౌజ్ఞలు, మూగ చప్పుళ్ళ దశ నుండి మనిషికి పెరుగుదల వచ్చి, తెలుగు మాట, భాష ఏర్పడి రానురాను తెలుగు అక్షరాలు రూపొందాయి. కాని తెలుగు అక్షరాలతో, మాటలతో సాహిత్యం రాసే పరిస్థితి శతాబ్దాలు దొర్లుకు పోయినా వొకంతటవచ్చింది కాదు. సంస్కృత వ్యసనం పట్టు అంత గట్టిది. చివరికి తెలుగులో భారతం రాయడానికి పూనుకున్నాక కూడా, అది "శ్రీవాణీ గిరిజా శ్చిరాయ.." అంటూ సంస్కృత శ్లోకంతో మొదలయ్యింది.

ఆలోచన పుట్టకా, తెలుగుకు అర్హత లేదనుకొనీ, చాలా శతాబ్దాలు తెలుగులో సాహిత్యం రాయడం జరగనే లేదు. ఎలా అయితే నేం, శాసనాల చెక్కడపు పనితో తెలుగులో

మొదట గద్యం, తరవాత పద్యం రాయడం మొదలయ్యింది. తరవాత కాలక్రమాన కావ్య రచన జరిగింది గాని, ఆ కావ్యలు అశ్రద్ధవల్ల, అనాదరణ వల్ల నశించిపోయాయి. మత వైషమ్యాలు గ్రంథ దహనానికి దారి తీశాయట.

నన్నయ్యకు ముందర తెలుగులో కావ్య రచన జరిగిందీ లేనిదీ తేలని సమస్యగా వున్నా, నన్నయ్యకు ముందర తెలుగు పద్యం అందచందాలతో వచ్చిందన్న విషయం, నన్నయ్యకు పూర్వపు శాసనాలలోని పద్యాల్ని బట్టి చెప్పవచ్చును. ఆదిపర్వంలోని అవతారికలో వున్న పద్యంలో నన్నయ "కవీంద్రులు"గా ప్రస్తుతించిన కవుల ప్రస్థావన వుంది.[1] వీరు నన్నయ్యకు సమకాలీనులయిన తెలుగు కవులై వుండాలి.

ఆదిపర్వం అవతారికలోనే నన్నయ మహాభారత రచనకు ముందర, రెండు భాషల్లో కావ్యాలు రచించినట్టుగా వుంది. "ఉభయ భాషా కావ్య రచనా శోభితు"డైన నన్నయ్యను మహా భారతాన్ని "తెనుంగున రచియింపు" మని రాజరాజ నరేంద్రుడు కోరాడు. అంటే భారతానికి ముందర రెండు భాషల్లో - సంస్కృతం, తెలుగు భాషల్లో కావ్య రచన చేసి కీర్తి సంపాదించినవాడని. అయితే ఆ కావ్యాలేవో, అవేమయ్యాయో తెలియదు.

పదకొండో శతాబ్దం వరకూ ఆంధ్రులు తమ భాషలో కావ్యరచన చేసుకోలేదంటే నమ్మశక్యం కాకుండా వుంది. భారత రచనారంభానికి శతాబ్దాల ముందర, ఆంధ్రులు దేశదేశాలకు సముద్రాల మీద వెళ్ళి వర్తక వ్యాపారాలు చేశారు. అమరావతి, నాగార్జున కొండ శిల్పాల వంటి పరమాద్భుత కళాఖండాలు సృష్టి చేశారు. విదేశాల నుండి విద్యార్థుల్ని ఆకర్షించిన అమరావతి విశ్వవిద్యాలయం వంటి వాటిని నిర్వహించారు. అతి ప్రాచీనమైన తమిళ కావ్యం "సిలప్పదికారం"లో, వడుగునాడు నుండి, అంటే తెలుగుదేశం నుండి వర్తకులు తమిళ దేశానికి వెళ్ళిన ప్రస్తావన వుంది. కార్యకలాపాలలో, విద్యలో, కళలలో యింతగా పురోగమించిన ఆంధ్రులు, 11వ శతాబ్దం వరకూ తమ భాషలో కావ్య రచన చేసుకోలేని అసమర్థులవడం వింతగానే వుంది.

"నానా రుచిరార్థ సూక్తి నిధి" అయిన తాను "జగద్ధితంబు" కోసం "భారత సంహితా రచన బంధురుడ" నయ్యానని నన్నయ[2], "ఆంధ్రావలిమోదం" కోసం "మహా కవిత్వ దీక్షా విధి"తో రచన సాగిస్తానని తిక్కన[3] (13వ శతాబ్దం) చెప్పారు. అయితే నన్నయ్య దేని హితం కోసమైతే పూనుకున్నాడో ఆ జగత్తు చాలా చిన్నది. అలాగే తిక్కన్న ఎవరి

---

1. *'సారమతిం గవీంద్రులు ప్రసన్న కథా కలితార్థ యుక్తి లో*
   *నారసి మేలు నా నితరు లక్షర రమ్యత నాదరింప నా*
   *నా రుచిరార్థ సూక్తి నిధి నన్నయ భట్టు తెనుంగునన్ మహా*
   *భారత సంహితా రచన బంధురుడయ్యె జగద్ధితంబుగాన్".*

2. ఇంతకు ముందర ఉదహరించిన నన్నయ్య పద్యం "సారమతిం..."

3. *"కావున భారతామృతము గర్ణపుటంబుల నారగ్రోలి యాం*
   *ధ్రావలి మోదముం బొరయునట్లుగ సాత్యవతేయ సంస్మృతి*
   *శ్రీ విభవాస్పదంబయిన చిత్తముతోడ మహాకవిత్వ దీ*
   *క్షావిధి నొంది పద్యముల గద్యములన్ రచియించెదం గృతుల్."*

మోదం కోసమైతే మహా కవిత్వ దీక్షా విధిని పెట్టుకున్నాడో ఆ ఆంధ్రావళీ కొంచమే. అవి శిష్టులైన అతి కొద్ది పై వర్గాలకు పరిమితం.

ఇహలోక విషయాలు కావ్య వస్తువులుగా తగవనుకొని, మన ప్రాచీన కావ్యకర్తలు వాటి జోలికి పోలేదు. అది అప్పటి యింకో సంకుచిత పరిధి.

ఇప్పటి తూకపు రాళ్ళతో తూచి, ప్రాచీన సాహిత్యానికి విలువ కట్టడం వల్ల కలిగే ప్రయోజనం శూన్యం. భాషా సాహిత్యాల పరిణామ దశల్లో, ఒకప్పుడుండే తీరు, యింకొకప్పుడుండే తీరుకు వేరుగా వుంటుంది. ఈ తీరు తెన్నులు చరిత్రలో అంతర్భాగమై పోతాయి. అయా కాలాల విలువలు, అవి సాధించిన నిగ్గు, పిత్రార్జితాల వంటివి. ఇప్పటి అవసరాల మేరకు మాత్రం ఉపయోగించుకోవలసినవి.

ఒకప్పుడున్న ఆలోచనలు, ఆదర్శాలు, అభిరుచులు, అలవాట్లు కాలం పోకడవల్ల, పరిస్థితుల మార్పువల్ల యింకొకప్పటికి సరిపడని సంగతులవుతాయి, ముందుకు వెళ్ళనివ్వకుండా వెనక్కు లాగుతూ వుంటాయి. ఇది భాషా సాహిత్యాలకూ వర్తించేదే. పురోగమనం స్తంభించిపోకుండా వుండాలంటే, పెద్ద మార్పు తేవలసి వుంటుంది. అందుకు పరిస్థితులు అనుకూలించవలసి వుంటుంది.

పందొమ్మిదో శతాబ్దం చివరి దశాబ్దాలలో, యిటువంటి పెద్ద మార్పు భాషా సాహిత్యాలలో తీసుక రావలసిన అవసరం గుర్తించబడింది. వెనక చూపును కాల పరిస్థితులకు తగినట్టు మరల్చి, ముందు చూపును అలవర్చుకోవలసిన అవసరం వచ్చింది. ఈ అవసరం ఎనిమిది, తొమ్మిది వందల సంవత్సరాల కిందట, తెలుగు భాషా సాహిత్యాలకు కలిగిన అవసరం కంటె పెద్దది. ప్రజలలో వున్న చైతన్యం ఒకప్పుడున్న చైతన్యం కంటె చాలా ఎక్కువ. ఆ అవసరం తీరడానికి పెద్ద మార్పు – తెలుగు భాషా సాహిత్యాలలో రెండో పెద్ద మార్పు రావడానికి పరిస్థితులు అనుకూలంగా వున్నాయి. గత శతాబ్దం చివరి దశాబ్దంలో యీ మార్పు రావడం మొదలయ్యింది. ఈ మార్పు ఫలితం, దివి నుండి భువికి భాషా సాహిత్యాల అవతరణం, ఈ సాధనలో భగీరథుడి పాత్ర, గురజాడ అప్పారావుది. దీక్షా దక్షతలతో యీ చారిత్రక ఆవశ్యకతను సాధించి, ఆధునిక భాషా సాహిత్యాల యుగాన్ని ప్రారంభించిన ఘనత ఆయనది.

## 2

ఆధునిక భాషా సాహిత్యాల యుగారంభం – యీ యుగానికి ఆది కావ్యమైన "కన్యాశుల్కము" తొలిసారి ప్రదర్శింపబడిన 1892 ఆగస్టు నెలలో జరిగింది. ఆ రోజున, వాడుక భాష ఉత్తమ కావ్య భాషయ్యింది, వాస్తవ జీవితం సహజమైన సుందరమైన కావ్య వాస్తువయ్యింది. కాలం చెల్లిన ప్రాచీన కావ్య పద్ధతుల కది వీడ్కోలు దినం.

నన్నయ్యకు, ఆయన పూర్వులు పూర్వరంగం సిద్ధపరచి వుంచినట్టుగానే, కందుకూరి వీరేశలింగం (1848–1919) వంటివారు, గురజాడ ఆధునిక భాషా సాహిత్యాలు సుస్థాపితం చేయడానికి పూర్వరంగాన్ని ఏర్పరచి వుంచారు. ప్రాచీన కావ్య భాష పట్ల, కావ్య వస్తువుల

పట్ల మోహం మొత్తి వీరేశలింగం సులభ గ్రాంథిక శైలికి మారడమూ "రాజశేఖర చరిత్ర" (1878) వంటి నవలలూ, వాడుక భాషలో "బ్రాహ్మ వివాహము" వంటి ప్రహసనాలు రాయడమూ, యీ పూర్వరంగం లోనివే. నీచ పాత్ర లనబడే వాటికి మాత్రం పాత్రోచిత భాషతో, చరిత్ర కొంత, అసంభవ ఘటనలు కొంత మిశ్రమం చేసిన "ప్రతాపరుద్రీయం"[1] యించుమించు కన్యాశుల్కం కాలంలోనే వచ్చింది. పూర్వకాలంలో యక్షగానాల వంటివి, వాడుక భాషలో సాంఘిక సమకాలీన యితివృత్తాలతో వచ్చినవీ వున్నాయి కాని యివేవీ మార్గదర్శకమైన మహాకావ్య లక్షణాలున్నవి కావు.

కన్యాశుల్కం ఆధునిక తెలుగు సాహిత్యానికి ఆదికావ్యం అవడం వొక్కటే కాదు. యిప్పటికి తెలిసినంత వరకూ అది గురజాడ రాసిన మొట్టమొదటి తెలుగు రచనకూడా. దీనికి పదేళ్ళ ముందర, అంటే తన యిరవయ్యేళ్ళ వయసులో, ఆయన ఇంగ్లీషు పద్యాలు రాసి స్థానిక పత్రికల్లో ప్రచురిస్తూ వుండేవారు. వాటిలో "సారంగధర" అన్న ఇంగ్లీషు పద్య కావ్యం, ఆ కాలపు బెంగాల్‌లోని ప్రముఖుడు, "రీస్ అండ్ రయ్యత్" అన్న ఇంగ్లీషు పక్ష పత్రిక సంపాదకుడు అయిన శంభు చంద్ర ముఖర్జీ (1839–1894) విజయనగరం పత్రిక "ఇండియన్ లీజర్ అవర్"లో చదివి మెచ్చుకొని, దానిని తన పత్రికలో మళ్ళీ ప్రచురించారు (1883). గురజాడ పట్ల ప్రశంస, వాత్సల్యం చూపుతూ ఆయనకు ఉత్తరం రాసి, విజయనగరం పత్రికా సంపాదకుని ద్వారా పంపారు. తరవాత వారిద్దరి మధ్యా ఉత్తర ప్రత్యుత్తరాలు జరిగాయి. ఈ ఇంగ్లీషు కవిత్వమే, గురజాడను విజయనగరం మహారాజు ఆనంద గజపతి (1850–1897) దృష్టిలోకి తీసుకువెళ్ళింది. తరవాత పరిచయాలు (1897) ఆప్యాయతలూ, అనుబంధాలు ఏర్పడ్డాయి.

ఆ కాలంలోనే, ఆనంద గజపతి విశాఖ మండలంలో జరుగుతూ వున్న కన్యాశుల్క వివాహాల వివరాలు సేకరించారు. ఆ వివరాలలో బయటపడ్డ అతి దారుణ విషయం, కడుపులో వున్న బిడ్డల్ని సైతం కొనడానికి (ఆ పుట్టే బిడ్డ ఆడపిల్ల అవుతుందో అవదో తెలియకపోయినా) బేరసారాలు సాగడం. ఈ సమాచార సేకరణ, కన్యాశుల్కం రాయడానికి ప్రేరణ. "మన మహిళాలోకంలోని ఎంతో నిస్సహాయులైన ఒక విభాగంలోని వారిని, సాంఘిక అవినీతి క్రిములతో నిండిన దుర్భర దాస్యం నుండి కాపాడడానికి"[2] ఆనంద గజపతి ఆలోచిస్తూ ఉండినట్టు గురజాడ తెలిపారు. తనను పెద్దగా బాధించిన యీ దారుణ దురాచారాన్ని యితివృత్తంగా చేసి నాటకం రాయమని, ఆనంద గజపతి తన కాపుడైన గురజాడకు సూచించారేమో?

కన్యాశుల్కం రెండు కూర్పుల పీఠికల్లోనూ (1897– 1909) అంకిత పత్రంలోనూ వున్న గురజాడ ప్రవచనాలు, ఆధునిక భాషా సాహిత్యాలకు పవిత్రోపదేశాలు. అవి ఆయన ఉద్యమానికి పునాది రాళ్ళు.

ప్రగాఢమైన ధార్మికావేశంతో, వాటిలో ఆయన తన మూల భావాల్ని తెలియజేశారు. అవి :

---

*1.* నాటకం. కర్త వేదం వెంకటరాయ శాస్త్రి *(1853–1929)*

*2.* చూ. కన్యాశుల్కం మొదటి కూర్పు పీఠిక, ఆనంద గజపతికి అంకితం.

– సమాజాన్ని అప్రతిష్ఠపాలు చేసే పరిస్థితిని కళ్ళముందర పెట్టి, నైతిక భావాల ఉన్నత ప్రమాణాల్ని ప్రాచుర్యానికి తేవడం కంటె, సాహిత్యానికి ఉత్తమమైన కార్యమేదీ ఉండదు.

– ఈ చెడుగును జనరంజకమైన నాటకంలో బయట పెట్టి, ప్రజాభిప్రాయాన్ని ప్రభావితం చెయ్యాలి.

– ప్రజా బాహుళ్యంలో చదవడం అలవాటయ్యేంత వరకూ, యిటువంటి ఆరోగ్యకరమైన ప్రభావాన్ని నాటకరంగంనుండి మాత్రమే ఆశించగలం.

– కావ్య భాషకంటె బాగా తెలిసేది కాబట్టి, కన్యాశుల్కం వాడుక భాషలో రాయడం జరిగింది; అది నాటకోచితమైన భాష అవడంవల్ల కూడా.

– తెలుగు కావ్య భాషను గొప్ప నాగరికతా సాధనంగా చేయాలనుకుంటే, దానిలోని అవసరమైన, వాడుకలో లేని పదాలను తప్పకుండా తొలగించివేయాలి.

– తెలుగు కావ్య భాష, సంప్రదాయం తెలుగువారి మీద రుద్దబడిన పెద్ద ప్రతిబంధకాలు. సంకెళ్ళను పూజించేవారు, వాటిని పూజించాలనుకుంటే పూజించనివ్వండి.

– మాతృ భాషలోని సాహిత్యం రైతుల్ని తట్టి లేపుతుంది: భారతదేశంలోని ఇంగ్లీషువారినీ తట్టి లేపుతుంది. దానికి ఉన్న సదవకాశాలు అపారం.

– తెలుగులో నూతన కావ్య భాషను రూపొందించేవి వాదోపవాదాలు కావు. గొప్ప రచయిత దానిని రాసి సృష్టి చేయాలి. అతనికోసం మనం రంగాన్ని సిద్ధపర్చి ఉంచుదాం.

ఇటువంటి మూల భావాలతో, సంకల్పాలతో, అపూర్వమైన ఉపజ్ఞతో రాసిన కన్యాశుల్కమూ, యితర రచనలూ గురజాడను ఆధునిక సాహిత్య యుగకర్తను చేశాయి.

★ ★ ★

ఒకప్పటి వానరుడు, ఇప్పటి నరుడుగా లక్షల సంవత్సరాల కాలంలో ఎదిగాడు. ఆకో, అలమో, దొరికిన పిట్టదీ, జంతువులదీ పచ్చి మాంసమో తిని బతికాడు. చెట్ల బెరళ్ళు, జంతువుల చర్మాలూ కట్టుకొని కాలక్షేపం చేశాడు. కాపురం చెట్లమీదా, గుహల్లోనూ. ఈ విధంగా, అనేక జీవరాసుల్లాగా నశించి పోకుండా మిగిలాడు. కాలం గడుస్తున్న కొద్దీ, మనిషి బుద్ధి వికసిస్తూండడం వల్లనే, సృష్టిలో ఉత్తమోత్తమ ప్రాణిగా, ఇప్పటి స్థితికి చేరుకున్నాడు.

అయితే యీ పెరుగుదల సూటిగా వచ్చిందీ కాదు, చప్పుచప్పున జరిగిందీ కాదు. మనిషి బుద్ధి వికాసం, ఆయా దశల్లోని అతని అనుభవాన్ని బట్టీ, అవగాహనబట్టీ వచ్చిందే కాని ఇంకొకటి కాదు. అనుభవైకవేద్యం కాకుండా, హేతుచింతన లేకుండా కేవలం ఊహను అనుసరించీ, భ్రమపైని ఆధారపడీ స్థిరపర్చుకున్న నమ్మకాలు, చేసే చర్యలు మంచి ఫలితాలు ఇవ్వవు. పైగా బుద్ధి మాంద్యం, జడత్వం కలిగిస్తాయి. "అనుభవమ్ముల తత్వమెరుగక శుకము లగుదురు"[1] అని గురజాడ చెప్పడం ఇందువల్లనే. తన అనేక పరిణామదశల్లో, మనిషి ఆటంకాలెన్నిట్నో దాటుకుంటూ పెరుగుతూ వచ్చాడు. ఆటంకాలు దాటకుండా ఉండిపోయినప్పుడు మరుగుజ్జయిపోయాడు, మందబుద్ధయిపోయాడు.

---

*1. "లవణరాజు కల"*

నాలుగైదు శతాబ్దాల కాలంలో, యీ రెండు తరహాల పెరిగే పరిస్థితి, పెరగక స్తంభించిపోయి వున్న పరిస్థితి – ప్రాచ్య దేశాల్లోనూ, పాశ్చాత్య దేశాల్లోనూ కనిపిస్తాయి. అభివృద్ధి విషయంలో పాశ్చాత్య దేశాలు (గ్రీకు, రోము దేశాలు తప్పితే), ప్రాచ్య ఖండంలోని భారత, ఈజిప్టు, చైనా దేశాలకు ఒకప్పుడు వెనుకబడి వుండేవి. మార్టిన్ లూథర్[1] క్రైస్తవ మత సంస్కరణ ఉద్యమం, రినైజాన్స్,[2] పారిశ్రామిక విప్లవం[3] ఫ్రెంచి విప్లవం[4] వంటివి, పాశ్చాత్య దేశాల్లో బుద్ధి వికాసానికీ, భౌతిక సంపదల అభివృద్ధికీ దారి చూపాయి. అందువల్ల, ఆ దేశాలు చాలా ముందుకు పోయాయి. అటువంటివి జరగని ప్రాచ్య దేశాలు వెనుకబడిపోయాయి.

పాశ్చాత్య దేశాలలో భౌతిక సంపదల అభివృద్ధి పర్యవసానంగా, అవి వెనుకబడిపోయి వున్న ఇతర ఖండాలకు వ్యాపారానికి వెళ్ళి వాటిని కొల్లగొట్టాయి. తరువాత కొత్త అవతారంలో సామ్రాజ్యాలు స్థాపించుకున్నాయి. దీనికి బలి అయిన దేశాల్లో భారతదేశం ఒకటి.

పారిశ్రామిక విప్లవం వల్ల పారిశ్రామికాభివృద్ధి, ఆర్థికాభివృద్ధి జరిగిన ఇంగ్లండ్, భారతదేశంలో వర్తకం పేరుతో ప్రవేశించి, దేశ సంపదల్ని కొల్లగొట్టడం సాగించింది. వర్తక లాభాల వేట స్థాయిని పెంచేందుకు రవాణా సాధనాల ఏర్పాట్లు, యంత్ర పరిశ్రమల నిర్మాణం చేసుకొంది. ఇంకోపక్క తన రాజ్యాంగ యంత్రం స్థాపించుకొంది.

కట్టుదిట్టంగా తన రాజ్యాంగ యంత్రాన్ని నడిపించేందుకు, ఆసరాగా దేశీయుల్ని అందుకోసం తరిఫీదు చెయ్యడం ఇంగ్లీషు పాలకులకు ఆవసరమయ్యింది. ఆ విధంగా ఇంగ్లీషు విద్య వ్యాపించింది. ఆ విద్య ద్వారా, ప్రయోజనకరం కాని ప్రాచీన విద్యా బుద్ధులకు అంతవరకు పరిమితమైపోయిన భారతీయ మేధకు, ప్రయోజనకరమైన ఆధునిక విద్యా లాభం కలిగింది. దీనినే గురజాడ "విద్యల నెరయనించిన యాంగిలేయు" లని ప్రశంసించారు.[5] ఈ విద్యా లాభం ప్రశంసే. "కన్ను కానని వస్తు తత్త్వము కాంచ నేర్పరు లింగిరీజులు; కల్లనొల్లరు; వారి విద్యల కరచి సత్యము నరసితిన్" అన్న "ముత్యాల సరములు"లోని పంక్తుల్లో కనిపిస్తుంది.

"దేశం క్రమంగా ఆంగ్లేయాక్రాంతమై క్రిష్టియను మత ప్రచారము, ఆంగ్ల విద్యాభ్యాసము ప్రబలినవి. వీనికితోడు భౌతిక దర్శనముల ప్రభావమువల్ల విద్యావంతులు

---

*1. మార్టిన్ లూథర్ (1483 – 1546) మతాధికారుల నిరంకుశాధికారాన్ని ధిక్కరించారు. జర్మన్ భాషలోకి ఆయన చేసిన బైబిల్ అనువాదం, ఆ భాష అభివృద్ధికి తోడ్పడింది. ఆయన ఉద్యమం యూరప్‌లో ఆధ్యాత్మిక జీవితాన్ని ప్రభావితం చేసింది.*

*2. ఇటలీలో మొదలైన రినైజాన్స్ (15 – 17 శతాబ్దాలు) ప్రభావం వల్ల భూస్వామ్య వ్యవస్థ తిరోగమనం, బూర్జువా వ్యవస్థ స్థాపన జరిగాయి. మానవీయ సంస్కృతి యూరప్ అంతటా వ్యాపించింది.*

*3. 18వ శతాబ్దం చివర ఇంగ్లండ్‌లో జరిగిన పారిశ్రామిక విప్లవం వల్ల, ఉత్పత్తి యాంత్రికీకరణ జరిగింది. ప్రపంచ విపణిలో సరుకుల అమ్మకానికి ప్రేరణ కలిగింది.*

*4. ఫ్రెంచి విప్లవం (1789 – 1794) స్వాతంత్ర్యం, సమానత్వం, సోదరత్వం అన్న నినాదాలు ప్రపంచమంతటా ప్రతిధ్వనించాయి.*

*5. చూ. 1912లో ఐదో జార్జి చక్రవర్తి ఢిల్లీ దర్బారు సందర్భంగా రాసిన గీతాలు.*

ప్రత్యక్ష ప్రమాణ బుద్ధులు కాదొడిగిరి. భారతీయ ధర్మము, సంప్రదాయాలు, ఆచారాలు పునర్విచారణకు పాత్రములై, స్వస్థాన వేష భాషాభిమానం సడలుటతో, సంఘ సంస్కారోద్యమాలు సాగినవి." ("తెలుగు కావ్యమాల"లో కాటూరి వెంకటేశ్వరరావు "నివేదనం")

ఆధునిక విద్యాఫలితమైన యీ సత్యదర్శనం, నూతన భావ సంచలనానికి కారణమయ్యింది. ఆర్థికంగా జరిగిన దోపిడీ ఇంగ్లీషు పాలనవల్ల దాపురించిన దుష్ఫలితమైతే, ఆధునిక భావ సంచలనం దాని సంపర్కంవల్ల లాభించిన సత్ఫలితం.

ఈ సత్ఫలితాలకు ప్రతీకలు బెంగాల్‌లో రాజా రామమోహన్‌రాయ్ (1772 - 1833), ఆంధ్రదేశంలో కందుకూరి వీరేశలింగం (1848 - 1919), గురజాడ అప్పారావు (1862 - 1915) వంటివారు. ఈ నూతన భావాల ప్రభావం ఎంత ప్రబలంగా దేశంలో వ్యాపించిందో, యీ భావాలను మెట్టమొదట దేశంలో వ్యాపింపజేసిన రామమోహన్ రాయ్ పేరుతో లెక్కలేనంతమందికి నామకరణం జరగడాన్నిబట్టి గ్రహించవచ్చును.

సంప్రదాయ విద్యలు, అవి నేర్పే బుద్ధులు తెరమరుగవుతూ వున్న కాలంలో గురజాడ బాల్య, కౌమార దశలు గడిచాయి. ఇంగ్లీషువారి పరిపాలన తాకిడికి, ఇంగ్లీషు విద్యా ప్రభావానికి, పాత సామాజిక వ్యవస్థ పునాదులు కదిలిపోతోన్న కాలం అది. లెక్కలేనన్ని చిన్న చిన్న రాజ్యాలుగా వున్న దేశంలో ఏకీకృతమైన పరిపాలన స్థాపన అయ్యింది. తమ దోపిడీకి అనుగుణమైన మార్పులను ఇంగ్లీషువారు తెచ్చి వుండడంవల్ల దేశంలో పెట్టుబడిదారీ సంబంధాలు దిట్టపడుతూ వచ్చాయి. పరిపాలనా యంత్రం చక్రాన్ని తిప్పేందుకు సిబ్బందికోసం, ఇంగ్లీషు విద్యాబోధన దేశమంతటా వ్యాపిస్తూ వచ్చింది. నిర్దాక్షిణ్యంగా అణచివేయబడిన సిపాయిల తిరుగుబాటు (1857 - 1858) తరవాత, పరాయి పరోక్షపాలన ప్రత్యక్ష పాలనగా స్థిరపడింది. ఈస్టిండియా కంపెనీ పక్కకు తప్పుకోగా, ఇంగ్లీషు రాణి ప్రభుత్వం తెరవెనుక నుంచి రంగంమీదికి వచ్చింది. దేశంలో వస్తోన్న యిటువంటి మార్పులు, భావ సంచలనకే కాక, భావ సంఘర్షణకూ, రాజకీయాందోళనకు సైతం కారణమయ్యాయి. వీటివల్ల కీడు తెచ్చిపెట్టే పరిస్థితి దాపురించకుండా, ఇంగ్లీషు ప్రభుత్వ ప్రోద్బలంతో, 1885లో ఇండియన్ నేషనల్ కాంగ్రెస్ స్థాపన జరిగింది. విద్యావ్యాప్తి విషయంలోనూ, సాంఘికంగా అభ్యుదయకరమైన చర్యల విషయంలోనూ ఇంగ్లీషు పాలనతో దేశానికి మేలు కలుగుతూ వుండడం వల్ల, వీరేశలింగం, గురజాడ అప్పారావు వంటి మేధావులు అది "జ్ఞానమును, స్వాతంత్ర్యమిచ్చే," "సుజనుల వాంఛలెల్లను తీర్చే," "ధర్మ రాజ్యం"గా దానిపట్ల భ్రమలకు లోనయ్యారు.[1] గురజాడ పుట్టుకకు ముందరా, బాల్య విద్యార్థి దశల్లోనూ దేశంలో వీస్తోన్న గాలులు యిటువంటివి.

ఈ పరిణామాలవల్ల దేశంలో ఏర్పడిన పరిస్థితుల ప్రతిబింబాల్ని, ఆ పరిస్థితులు సంఘర్షించవలసి వచ్చిన అంతకు ముందరి పరిస్థితుల్ని, మేఘ సంచారం చెయ్యకుండా వాస్తవంగా కళాత్మకంగా చిత్రించిన ఉత్తమ సాహిత్య సృష్టి, కన్యాశుల్కం. గురజాడ యితర సాహిత్య శాఖల్లో చేసిన రచనలూ యిటువంటివే.

---

*1. "దించు లంగరు."*

కన్యాశుల్కంలో కనిపించే ఆనాటి దేశ భౌతిక, మానసిక పరిస్థితులెలా వుండేవంటే విజయనగరానికి చేరువుగా వున్న గ్రామంనుంచి అగ్నిహోత్రావధాన్లు కోర్టు పనిమీద, గిరీశం కాకినాడకు ఓడెక్కి వెళతాననడం, అప్పటి రవాణా పరిస్థితిని తెలుపుతుంది. అంటే, గిరీశం దగ్గరి ఓడరేవు భీమునిపట్నం నుండి కాకినాడకు ఓడ ప్రయాణం చేయవలసి వుంటుంది! ఒక మూఢనమ్మకాల ముచ్చట, మొగ పెళ్ళికూతురు అబద్ధపు ఆత్మహత్యవల్ల దయ్యమైపోవడం, ఆ దయ్యాన్ని సీసాలో బంధించి బిరడా బిగించడమూ! అప్పటి యిటువంటి స్థితిగతుల్నీ, మనుషుల మనసుల్నీ వివరంగా వీరేశలింగం "రాజశేఖర చరిత్ర", "స్వీయ చరిత్ర" వంటి గ్రంథాలు; అంతకు ముందరి ఏనుగుల వీరాస్వామయ్య (జననం 1780 ప్రాంతం, మరణం 1836) "కాశీయాత్ర చరిత్ర" తెలుపుతాయి. కన్యాశుల్కం లాగానే, యివి ఆ కాలపు సాంఘిక చరిత్రలు.

కన్యాశుల్కం రాయడానికి పదేళ్ళ ముందర, ఇంగ్లీషు కవిగా సాహిత్య రంగంలో ప్రవేశించిన యిరవయ్యేళ్ళ ఎఫ్.వి. విద్యార్థి, గురజాడ అప్పారావు మనస్సు ఎటువైపు మొగ్గుతూ వున్నదీ ఆయన ఇంగ్లీషు పద్యకావ్యం "సారంగధర"ను చదివి, మెచ్చుకొని, తన పత్రికలో పునర్ముద్రించిన శంభు చంద్ర ముఖర్జీ 1884 జనవరి 27న ఆయనకు రాసిన ఉత్తరాన్ని బట్టి గ్రహించవచ్చును. "దేశ శ్రేయస్సు కోసమూ, ప్రపంచ శ్రేయస్సు కోసమూ పాటుపడడానికి బలమైన యిచ్ఛా బాధ్యతలున్నవారు, అమితమైన కష్టాలు పడడానికి సిద్ధపడాలి" అనీ; అదే సంవత్సరం జూన్ 22న రాసిన ఉత్తరంలో "మీరు రాద్దామనుకున్న రాజకీయ పద్య కావ్యాన్ని ప్రారంభించారా?" అని ముఖర్జీ గురజాడకు రాశారు. వివిధ ఛందస్సుల్లో పద్యాలు, జానపద గేయాలు రాయడానికి ప్రయత్నించమని సలహా యిచ్చారు.[1] ఈ సలహాలో, తెలుగులో కవిత్వం రాయమని ప్రోద్బలం వున్నట్టుగా వుంది. ముఖర్జీ ప్రస్తావించిన రాజకీయ పద్య కావ్యం గురజాడ అప్పుడు రాసినట్టుగా లేదు. కాని తరువాత చాలా కాలానికి, తాను వెళ్ళిన 1908 మద్రాసు కాంగ్రెస్ మహాసభ గురించి ఇంగ్లీషులో వ్యంగ్య గీతాలు రాశారు. గురజాడ తమ్ముడు శ్యామలరావు, ప్రారంభకాలంలోని కాంగ్రెస్ పెద్దల గురించి "టు ది మాగ్నిఫిసియంట్ సెడిషనిస్ట్స్" అన్న శీర్షికతో ఇంగ్లీషు పద్యాలు రాసినట్టూ తెలుస్తోంది.

తెలుగు సాహిత్య రంగంలో ప్రవేశించడానికి ముందర, గురజాడ ఆలోచనల్నే కాదు, సంకల్పాన్ని కూడా పై విషయాలు తెలుపుతాయి. కన్యాశుల్కం పీఠికల్లో ఆయన వ్యక్తంచేసిన భావాలు (యింతకు ముందర వివరించినవి), గురజాడ రచనా వ్యాసంగంలో, జీవితంలో స్థిరమైన రూపంలో కనిపిస్తాయి.

"సాంఘిక అవినీతి క్రిములతో నిండిన దుర్భర దాస్యం నుండి" మహిళలను కాపాడడానికి, "సమాజాన్ని అప్రతిష్ఠ పాలుచేసే పరిస్థితిని కళ్ళ ఎదుటపెట్టి, నైతిక భావాల ఉన్నత ప్రమాణాన్ని ప్రాచుర్యానికి తేవడం కంటె, సాహిత్యానికి ఉత్తమమైన కార్యమేదీ వుండ" దన్న గురజాడ ఉద్ఘోష, రానురానూ పరిపక్వమవుతూ, ఆయన యితర రచనలలోనూ ప్రతిచోటా వినిపిస్తుంది. సంఘంతో సాహిత్యానికుండవలసిన సన్నిహితానుబంధాన్ని, సాహిత్య ప్రయోజనాన్ని నొక్కిచెప్పే ఉద్ఘోష యిది. సహజ శ్రేయస్సుకు

1. "An Indian Journalist" by F.H. Skrine, I.C.S.

పాటుపడటం, ఆయన "దీక్షా విధి." దానినాయన ఉత్తమ సుందర సాహిత్య రూపంలో ప్రత్యక్షం చేశారు.

కాటికి కాళ్ళు చాచుకుని వున్న ముసలి పెళ్ళికొడుకులకు పసిపిల్లల్ని డబ్బు కక్కుర్తివల్ల అమ్ముకోవడం (వీరేశలింగం మాటల్లో అది "నరహంస విక్రయం") గురజాడ దృష్టిలో సమాజాన్ని అప్రతిష్ఠపాలు చేసే పరిస్థితి ("పూర్ణమ్మ" కథాయిదే) అయితే, "మలిన చిత్తులకు" అగ్రకులాలు, "మలిన వృత్తులకు" నీచకులాలు విధించిన "వర్ణధర్మం అధర్మ ధర్మం" ("లవణ రాజు కల"). అంచేత "మంచి అన్నది మాల అయితే మాలనే అగుదున్" అని ధిక్కారం. స్త్రీల ఆత్మ రక్షణ కోసం ప్రతిఘటనకు ప్రతిపాదన ("కన్యక", "సౌదామిని" అన్న అసంపూర్ణ నవల ప్రణాళిక). "మనిషి చేసిన రాయి రప్పల కంటె కనిష్టం"గా చూసే వారిపట్ల నిరసన ("మనిషి") మత మౌఢ్యాల ఖండన ("దేవుడు చేసిన మనుషుల్లారా, మనుషులు చేసిన దేవుళ్ళారా, మీ పేరేమిటి?"), వేశ్యా వ్యామోహం గురించి ఎగతాళి (దిద్దుబాటు", "సంస్కర్త హృదయం"), వేశ్యా వివాహాల ప్రతిపాదన (మధురవాణి, "సంస్కర్త హృదయం"లోని సరళ), వితంతు వివాహాలకు ప్రోత్సాహం (కన్యాశుల్కంలో బుచ్చమ్మ, "కొండుభట్టీయం"లో పార్వతి) సకల కులాల సహపంక్తి భోజనాల సమర్థన ("ముత్యాల సరములు"), స్త్రీ విద్యకు ప్రోత్సాహం ("దిద్దుబాటు"), కవిత్వం దేశంలో అభిమానాలు మొలకెత్తించేదిగా వుండాలన్న ఉద్ఘాటన ("దేశభక్తి"), సంఘ సంస్కరణ దేశ శ్రేయస్సు కోరుతున్నట్టు నటిస్తూన్న దగుల్బాజీల ఖండన (గిరీశం, "కొండు భట్టీయం"లోని కొన్ని పాత్రలు), పూర్వ సంప్రదాయాల పతనావస్థ చిత్రణ (అగ్నిహోత్రావధాన్లు, కొండుభట్టు)....

కొత్త దృక్కోణంలో "దేశమంటే మట్టి కాదోయి, దేశమంటే మనుషులోయి" అన్న కొత్త సత్యాన్ని చాటిచెప్పిన గురజాడ "దేశభక్తి" గీతం (1910), దేశాభివృద్ధి ప్రణాళిక. రవీంద్రనాథ్ టాగూర్ "ఇంటా, బయటా" అన్న నవలలో యీ భావం ప్రతిధ్వని వినిపిస్తుంది. "పాడిపంటలు పొంగిపొర్లే దారిలో పాటుపడ"మనీ, "కళలెల్ల నేర్చుకు దేశి సరుకులు నించ"మనీ, అంతే కాకుండా వాటిని అన్ని దేశాల్లో వ్యాపింపజేసి ధన సంపాదన చెయ్యమనీ, "వొట్టి గొప్పలు చెప్పుకో"వడం మాని "పూని యేదైనాను మేల్ కూర్చి జనులకు చూప"మనీ, "ఓర్వలేమి పిశాచి దేశం మూలుగులు పీల్చే"సింది కాబట్టి, "ఒరులమేలుకు సంతసించ"మనీ, "సొంత లాభం కొంత మానుకు పొరుగువాడికి తోడుపడ"మనీ, "అన్నదమ్ముల వలెను జాతులు మతములన్నియు మెలగవలె"ననీ ప్రబోధించే "దేశభక్తి" గీతం, "యీసురోమని మనుషులుంటే దేశమే గతి బాగుపడు"తుందని ప్రశ్నిస్తుంది. ఈ గీతం అంతర్గత భావాలు దేశ ఆర్థిక, పారిశ్రామికాభివృద్ధి, అధికోత్పత్తి, విదేశాలలో వాణిజ్యం, దేశ సమైక్యత, మత సామరస్యం, దేశ శ్రేయస్సు కోసం సాహిత్యం.

ఈసురోమంటూ మనుషులుండని దేశానికి ఇటువంటి ప్రబోధం అవసరం వుండదు. గురజాడ కాలంలోనే కాదు, ఆయనకు ముందరి కాలంలోనూ, యీ కాలంలోనూ దేశంలోని మనుషులు యీసురోమంటూనే వున్నారు. దేశంలో సగం మందికి పైగా మనుషులు, దారిద్ర్య రేఖకు దిగువనున్న వారే; అంటే ఆకలితో లేదా అర్థాకలితో మలమల

మాడేవారు. వీరంతా పూర్వ సాహిత్యం దృష్టిలో పడని అనామకులు. గురజాడ చెప్పేవరకూ వీరి ఉనికి సాహిత్యానికి సరిగ్గా తెలియదు. అంచేత, సాహిత్యానికి గురజాడ కలిగించిన ఇహలోకస్పృహ, దానికాయన చేసిన మహోపకారం.

జాతి బంధములన్న గొలుసులు జారిపోవాలనీ, మతాలన్నీ మాసిపోయి జ్ఞానం వొక్కటే నిలిచి వెలుగుతుందనీ, వర్ణ భేదాలన్నీ కల్ల కావాలనీ, యెల్లలోకము వొక్క యిల్లుగా వుండాలనీ గురజాడ ఆశయాలు, ఆదర్శాలూ. ఇవి వసుధైక కుటుంబ భావనకు ప్రతిధ్వనులు.

వాడుక భాష ఆవశ్యకత గురించి, అది ఉద్యమ రూపంలో మొదలవడానికి సుమారు ఒక దశాబ్దం ముందర, కన్యాశుల్కం పీఠిక (1897)లో గురజాడ దానికి గట్టి ప్రాతిపదికను వేశారు. రెండో కూర్పు పీఠికలో (1909) ఆ ఉద్యమం విజయాన్ని (కన్యాశుల్కం తెలుగు సాహిత్య చరిత్రలో మహత్తర ఘటనగా మెప్పు పొందడాన్ని) వివరించారు. గ్రాంథిక భాషావాదులతో వాదోపవాదాల్లో, గిడుగు రామమూర్తి (1863 - 1940)తో కలిసి పత్రికల్లో, సభల్లో, మద్రాసు విశ్వవిద్యాలయంలో తలమునకలుగా నిమగ్నులయ్యారు. నిరాధారాలుగా, ఊహా కల్పితాలుగా ఉన్న యితివృత్తాల అలవాటును, పాండిత్యం లేని సామాన్యులకు అంతుపట్టని గ్రాంథిక భాష అలవాటును తిరుగులేని వాదనాబలంతోనూ, అందమైన రచనలతోనూ దురభ్యాసాలుగా నిరూపించి నూతన భాషా సాహిత్యాలను స్థాపించారు.

గురజాడ ఆరాటమంతా మంచిని పెంచడం కోసం, ఈసురోమని పడివుండే మనుషుల కోసం. మనుషులు ఈసురోమంటూ వుంటే దేశం ఎలా బాగుపడుతుందని ఆయన అడుగుతున్నారు. దేశం బాగుపడాలంటే, ఇటువంటి మనుషులు సుఖపడాలి, బాగుపడాలి. అందుకోసం, ఉత్పత్తిని పెంచి[1] విదేశీ సరకులకు బదులుగా, స్వదేశీ సరుకులు దేశంలో నింపాలి.

మనుషులకు, దేశానికి మేలు చేయడానికి, గురజాడ ఉపయోగించిన సాధనాలు, భాషా సాహిత్యాలు, దేశంలో అభిమానాలు పెంచే తీరులో వుండాలి సాహిత్యం.[2] అందుకు, అందరికీ తెలిసేదిగా, అందరూ వాడుక చేసేదిగా వుండాలి. భాష, విషయం ఊహలోంచి, భ్రమలోంచీ కల్పించుకున్నదిగా వుండకూడదు, వాస్తవ జీవితానికి సంబంధించి, మంచిని పెంచేదిగా వుండాలి. ఆ విధంగా భాషా సాహిత్యాలు, గొప్ప నాగరికతా సాధనాలు అవ్వాలి. గురజాడ అప్పారావు ఆశయాలు, ఆదర్శాలు ఆయన కాలానికి గొప్ప అభివృద్ధి పథకాలు, శుద్ధి కార్యక్రమాలు.

ఆయనకివి పవిత్రమైనవి, "దీక్షా విధి"గా పెట్టుకున్నవి. వీటి సాఫల్యం కోసం, ఆయన చివరి శ్వాస వరకూ శ్రమించారు, ఎంతో తపించారు.

వాడుకలో లేని భాష మూలను పడింది. వాడుకలోలేని భాష కావ్యభాష అయ్యింది. ఊహ, భ్రమ అన్న రెండు కర్ర కాళ్ళమీద నడిచే కావ్య వస్తువులు కొన ఊపిరితో

---

*1. "జల్దుకొని కళలెల్ల నేర్చుకు దేశి సరుకులు నించవోయి."*

*2. "కవిత కోవిల పలకవలెనోయ్ పలుకులను విని దేశమందభిమానములు మొలకెత్తవలెనోయి."*

వున్నాయి. వాస్తవ జీవితం, ప్రజాహితం అన్న చక్రాల మీద నడిచే కావ్య శకటాలు అడపాదడపా కుదుపుతూ వున్నా మొత్తంమీద సాఫీగానే నడుస్తున్నాయి.

అయితే దారిద్ర్య రేఖకు దిగువను పడివున్న మనుషులు ఈసురోమంటూనే వున్నారు. దేశ సరుకులు దండిగా వున్నాయి కాని, ఎక్కువ మంది మనుషుల అనుభవంలోకి అవి రాకుండా కట్టుదిట్టాలు చేయబడ్డాయి. 'మంచి' అన్నది ఏమాత్రం పెంచడం జరగడంలేదు. శ్రీరంగనీతులు వల్లిస్తూ, ప్రజల్ని మభ్యపెడుతూ, మోసగిస్తూ సర్వత్రా 'చెడ్డ' వీరవిహారం చేస్తోంది. అంచేత దేశం బాగుపడే స్థితిలో లేదు.

గురజాడ తన ఆశయాలను, ఆదర్శాలను ఎలుగెత్తి చాటాక, చాలా దశాబ్దాలు గడిచాయి. స్వరాజ్యం వచ్చింది కాని సురాజ్యం యింకా రాకపోవడం వల్ల మనుషులు ఈసురోమనే పరిస్థితే వుంది. అభివృద్ధి జరిగింది. చాలా జరిగింది. ఆ అభివృద్ధి గురించి అధికారులు అంకెలు చెప్పడమే కాదు అది కళ్ళకు కనిపిస్తూ వుంది. కాని అభివృద్ధి ఫలితాలు సాదా మనుషుల కందడం లేదు; జిత్తులమారి ధనికస్వాముల పాలవుతున్నాయి. ఇప్పటికీ దేశమంటే అర్థం మట్టి గడ్డలే కాని, మనుషులు కాదు.

ఇటువంటి అవస్థలో దేశాన్ని అప్రతిష్ఠపాలు చేసే పరిస్థితులు, సర్వత్రా సాంఘిక అవినీతి విషక్రిములు వ్యాపిస్తూ వున్న పరిస్థితులు, పుట్టించే తీరులో యిప్పుడు చెలరేగుతున్నాయి. నానాటికీ విషమిస్తున్నాయి. ఒకప్పుడు గురజాడ వివరించిన పరిస్థితుల కంటె, తక్కువ దారుణమైనవి కానివి.

తన కాలంలోని నికృష్ట పరిస్థితుల్ని అరికట్టడానికి, సాహిత్యం నిర్వహించవలసిన పాత్ర ఏమిటో గురజాడ నొక్కివక్కాణించారు. నైతికభావాల ఉన్నత ప్రమాణాల్ని ప్రాచుర్యానికి తేవడం కంటె, సాహిత్యానికి ఉత్తమ కార్యమేమీ లేదు అంటూ ఎలుగెత్తి చాటారు. కావ్యాన్ని కార్యసాధనకు ఉపయోగించాలన్నారు. దానిని గొప్ప నాగరికతా సాధనంగా మలచాలని ఉపదేశించారు. ఈ అడుగుజాడను గురజాడగా భావించి, కావ్య ప్రయోజనాన్ని కార్యరంగానికి విస్తరింపజెయ్యాలి. మంచి అన్నది పెంచడానికి ఉపయోగ పెట్టాలి. భాషా సాహిత్యాలు చదివాక గాలిలోనూ, ధూళిలోనూ కలిసిపోయేవి కాకూడదు; అవి సత్కార్య సాధనలో శక్తివంతమైన పాత్రను నిర్వహించాలి.

భాషా సాహిత్యాలే కాదు, సర్వకళలూ దేశ శ్రేయస్సుకు, బహుజన హితానికీ సాధనాలుగా తమ పాత్రను నిర్వహించవలసి వుంది. ఇప్పటి శాస్త్రీయ సంగీతం, శాస్త్రీయ నాట్యం భక్తి శృంగారాలమయంగా వుంటున్నాయి. సాహిత్యంలో గురజాడ తెచ్చిన మార్పు వీటిలోనూ, కళలన్నిటిలోనూ రావలసి వుంది.

★ ★ ★

భాషా సాహిత్యాల విషయంలోనే కాదు, సర్వ విషయాలలోనూ ప్రజాహితాన్ని త్రికరణ శుద్ధితో కోరిన జీవితం, గురజాడ జీవితం. కన్యాశుల్కం తొలి కూర్పు ద్వారా వ్యావహారిక భాషకు ఉత్తమ సాహిత్య స్థానాన్ని కల్పించి దాని పీఠికల్లోనూ, వ్యాసాలలోనూ, తదుపరి గిడుగు మహోద్యమంగా సాగించిన వ్యావహారిక భాషోద్యమానికి అంకురార్పణ చేసిన ఘనత, ఆ వాదానికి వ్యూహ కల్పన చేసిన ఘనత గురజాడదే. అతి ప్రాచీనమైన బిల్హణుని

కథను వాడుక భాషలో నాటకంగా వొప్పించిన ప్రజ్ఞ, వాడుక భాషను కవితా శిల్పంలో మలచిన ఉపజ్ఞ, ఒక వేశ్యను, ఒక మాలను ("లవణరాజు కల") ఉత్తమోత్తములుగా తీర్చిదిద్దిన శిల్పనైపుణ్యం ఆయనవి. ఎంతో శ్రమపడి కళింగ దేశ చరిత్ర రచనకు విషయ సామగ్రిని సేకరించి, అది వాడుక భాషలో వుండకూడదని ప్రచురణకర్త పట్టుపట్టగా నిరాకరించిన అచంచల సంకల్పం, అవసాన దశలో సైతం తాను నమ్మిన ఆదర్శాలకోసం తపించిపోయిన కార్యదీక్ష[1], ప్రాణం పోవడానికి క్షణాల ముందర, బతికి వుంటే ఆహార శాస్త్రం మీద పుస్తకం రాస్తానని డాక్టరుకు చెప్పిన శాస్త్రజ్ఞానాభివృద్ధి చింత – యిటువంటి మహాపురుష లక్షణాలన్నీ ఆధునిక భాషా సాహిత్యాల యుగకర్త అయిన గురజాడ అప్పారావు మేధా సంపదను, దీక్షా దక్షతలను, నిరంతర ప్రజాహిత చింతను తెలుపుతాయి.

తనకు మానవ సమాజం పట్ల మహత్తరమైన బాధ్యత వున్నదనీ[2], తనది ప్రజా ఉద్యమం, దానిని ఎవరిని సంతోషపెట్టడానికైనా వదులుకోలేననీ[3] ఆయన చెప్పినవి వాగాడంబరాలు కాదు. అవి ఆచరణలో నిరూపించిన ప్రకటనలు.

"అతని మరణంతో వొక గొప్ప వ్యక్తిని, వొక పరోపకార పరాయణుని, మహా పండితుని మన దేశం పోగొట్టుకున్నది...

"తెలుగు ప్రజలందరి స్మృతిపథంలో అప్పారావు సదా జీవిస్తాడు. చనిపోయినప్పటికీ ఆయన జీవిస్తున్నాడు. అతన్ని తలుచుకోవడమంటే మన జీవితాల్లోని అత్యంత ఆనందమయ సంఘటనలను మన స్మరణకు తెచ్చుకోవడమే."[4]

సెట్టి ఈశ్వరరావు

---

*1. గురజాడ కుమారుడు రామదాసుకు, గిడుగు రామమూర్తి సానుభూతి (1915, డిసెంబరు 5) లేఖ: "ఎలాగ వున్నాడో చూచి వద్దామని విశాఖపట్నం వెళ్ళాను. అదే ఆఖరుసారి అతన్ని చూడటం. నేనతన్ని చూడడానికి వెళ్ళినపుడు డాక్టరు నాకిలా సలహా యిచ్చారు. 'మీరు యెదట కనిపించేసరికల్లా ఆయన ఉద్రేకం పట్టలేకపోతున్నారు. అదే పనిగా, జబ్బుమాటే మరచి మీతో సాహిత్య గోష్ఠి చేస్తున్నారు. చారిత్రక విషయాల గురించీ, సారస్వతాన్ని గురించీ చర్చలు జరుపుతున్నారు. విపరీతమైన అలసట కలుగుతున్నా లెక్కచేయటం లేదు. ఇలా అయితే ఆయన ఆరోగ్యం మరీ పాడవుతుంది కద!'*

*"డాక్టరు అతనికి ఉత్తరాలు వ్రాయవద్దని నాకు చెప్పారు. నాటి నుంచీ అతనికి ఉత్తరాలు వ్రాయడం మానుకున్నాను. జబ్బు నిమ్మదిస్తుంది కదా. ఆరోగ్యం తిన్నబడుతుంది కదా అని ఆశిస్తూ వుంటిని...."*

*2. వొంగోలు ముని సుబ్రహ్మణ్యానికి ఉత్తరంలో.*

*3. డైరీలో.*

*4. గిడుగు సానుభూతి లేఖ.*

# గురజాడ వెంకట అప్పారావు జీవిత వివరాలు

గురజాడ వెంకట అప్పారావు కుటుంబం, తాతల కాలంలో కృష్ణజిల్లా గురజాడ గ్రామం నుండి విశాఖ మండలానికి తరలి వచ్చింది.

తండ్రి వెంకట రామదాసు, తల్లి కౌశలమ్మ.

తండ్రికి సంస్కృతంలో మంచి ప్రవేశం వుండేది. ఆయన విజయనగరం సంస్థానంలో పేష్కారుగానూ, రెవిన్యూ సూపర్‌వైజర్‌గానూ, ఖిల్లేదారుగానూ ఉద్యోగాలు చేశారు. విజయనగరానికి చేరువలోని ఊటగడ్డ అన్న ఏరును బండిలో దాటుతూ వుండగా, హటాత్తుగా ఆ ఏరు పొంగడంవల్ల మునిగిపోయి మరణించారు.

1862 సెప్టెంబరు 21 పుట్టిన తేదీ. జననం మాతామహుల యింట విశాఖ జిల్లా, ఎలమంచిలి తాలూకా, రాయవరం గ్రామంలో.

జాతకాన్నిబట్టి పుట్టుక తేదీని లెక్క కట్టడంలో తేడాలున్నాయి. ఒక దాని ప్రకారం 1861 నవంబరు 30, యింకోదాని ప్రకారం 1862 సెప్టెంబరు 21. ఆయన మనుమలు రెండోదాన్ని ధ్రువపరుస్తున్నారు.

తండ్రి చీపురుపల్లిలో ఉద్యోగం చేస్తున్నప్పుడు, పదేళ్ళ వయస్సువరకూ అక్కడ చదువు. తరువాత బి.ఏ. పట్ట పుచ్చుకునేవరకు విజయనగరంలో గిడుగు రామమూర్తితో కలిసి చదువుకున్నారు. ఇద్దరూ చిన్నప్పటి నుంచీ ప్రాణమిత్రులు.

1882 మెట్రిక్యులేషన్.

హైస్కూలు చదువు కాలంలో శ్లోకాలు రాసేవారట. విద్యాభ్యాస దశ పేదరికంలో సాగింది. ఉదారుడైన విజయనగరం మహారాజ కాలేజి ప్రిన్సిపాల్ సి. చంద్రశేఖర శాస్త్రిగారి యింట వసతి, భోజనం.

1882 "కుక్క" అన్న ఇంగ్లీషు పద్యం ప్రచురణ.

1882 - 1884 యఫ్.ఏ.

1883 "సారంగధర" అన్న ఇంగ్లీషు పద్యకావ్య ప్రచురణ. తమ్ముడు శ్యామలరావూ, తానూ విజయనగరంలోని "ఇండియన్ లీజర్ అవర్", "తెలుగు హార్స్" అన్న పత్రికల్లో ఇంగ్లీషు పద్యాలు రాస్తూ వుండేవారు. "ఇండియన్ లీజర్ అవర్"లో వెలువడిన "సారంగధర"ను మెచ్చుకొని, అప్పటి ప్రముఖ కలకత్తా పత్రిక "రీస్ అండ్ రయ్యత్" (రాజు, రైతు) అన్న ఇంగ్లీషు పత్రికాధిపతి శంభు చంద్ర ముఖర్జీ దానిని తన పత్రికలో రెండోసారి ప్రచురించారు. (ప్రచురణ ఆగస్టు 11, 18 సంచికలు) ఎంతో ప్రోత్సహిస్తూ ఉత్తరం రాశారు. ఇద్దరి

మధ్య ఉత్తర ప్రత్యుత్తరాలు సాగాయి. ప్రారంభ దశలో ప్రోత్సహించిన వారిలో, "ఇండియన్ లీజర్ అవర్" సంపాదకుడు గుండుకుర్తి వెంకట రమణయ్య ఒక ముఖ్యుడు. "చంద్రహాస" అన్న యింకో పెద్ద ఇంగ్లీషు కావ్యం కూడా రాశారట, "కుక్క" లాగనే, యిది కూడా అలభ్యం.

1884 – 1886 బి.యే., ఫిలాసొఫీ అభిమాన శాస్త్రం. రెండో భాష సంస్కృతం.

1884 విజయనగరం మహారాజ కాలేజి హైస్కూలులో ఉపాధ్యాయ పదవి. జీతం 25 రూపాయలు.

1885 వివాహం అప్పల నరసమ్మ.

1886 ఉద్యోగానికి సెలవు పెట్టి డిప్యూటీ కలెక్టర్ ఆఫీస్‌లో హెడ్ క్లర్క్ ఉద్యోగం.

1887 కాలేజీలో నాలుగో లెక్చరర్. జీతం నూరు రూపాయలు (విజయదశమినాడు)

1887 విజయనగరం మహారాజు ఆనంద గజపతి పరిచయం.

1887 విజయనగరంలో ఒక కాంగ్రెస్ సభలో ఉపన్యాసం.

1887 ప్రథమ సంతానం. కుమార్తె (ఓలేటి లక్ష్మీ నరసమ్మ).

1888 విశాఖపట్టణం స్వచ్ఛంద సేవాదళంలో సభ్యత్వం.

1889 ఆనంద గజపతి ఆస్థానం డిబేటింగ్ క్లబ్బుకు ఉపాధ్యక్ష పదవి.

1890 ద్వితీయ సంతానం, కుమారుడు (వెంకట రామదాసు).

1890 గురజాడ "విక్టోరియా ప్రశస్తి" గీతాలు వైస్రాయి దంపతులకు రీవా రాణి డిసెంబరు 12న బహూకరించారు.

1891 మూడవ లెక్చరర్ పదవి. జీతం నూటపాతిక. చెప్పే పాఠాలు, ఎఫ్.ఏ., బి.ఏ., క్లాసులకు ఇంగ్లీషు, వ్యాకరణం, సంస్కృత సారస్వతం, తర్జుమా, గ్రీక్, రోమన్ చరిత్రలు.

1891 సంస్థాన శాసన పరిశోధక పదవి.

1892 మద్రాసు లా కాలేజీలో చదువుతూ వుండిన తమ్ముడు శ్యామలరావు మరణం.

1892 "కన్యాశుల్కం" మొదటి కూర్పు ప్రదర్శనం (ఆగస్టు13).

1894 "శ్రీరామ విజయమ్" అన్న సంస్కృత నాటక సమీక్ష విజయనగరం ఆంధ్రాంగ్ల పత్రిక "తెలుగు హార్స్"లో. ఇది ఆ గ్రంథానికి పీఠికగా ప్రచురింపబడింది. ఈ గ్రంథ రచయిత భాగవతుల లక్ష్మీనారాయణశాస్త్రి యింకో సంస్కృత కావ్యం "సంక్షిప్త రామచరితమ్" పీఠిక కూడా గురజాడ రాశారట. "జార్జిదేవ చరితమ్" లేక "రాజభక్తి ప్రదీపమ్" అన్న జి.వి. పద్మనాభశాస్త్రి సంస్కృత కావ్యానికి పీఠిక. ఈ పీఠికలన్నీ ఇంగ్లీషులో రాసినవి.

సి.పి. బ్రౌన్ సేకరించిన చారిత్రక గాథ, "ది వార్స్ ఆఫ్ రాజాస్, బీయింగ్ ది హిస్టరీ ఆఫ్ హండె అనంతపురం" (తెలుగు) అన్న ప్రతిని, ముఖతా విని బ్రౌన్ రాయించి పెట్టిన "తాతాచార్యుల కథలు" అన్న సంపుటం సంస్కరించి ప్రచురణకు సిద్ధపరిచారు.

అవి చనిపోయాక అచ్చయ్యాయి.

1896 "ప్రకాశిక" అన్న పత్రికకు సంపాదకునిగా డిక్లరేషన్. ఈ పత్రిక వెలువడినట్టు లేదు.

1896 ఆనంద గజపతి భార్య మరణం.

1897 "హరిశ్చంద్ర" అన్న ఇంగ్లీషు నాటకానికి పీఠిక.

1897 "కన్యాశుల్కం" తొలి కూర్పు ఆనంద గజపతికి అంకితం, ముద్రణ. పీఠికలో, గ్రాంథిక భాషలోని అసౌకర్యాలు, యిబ్బందులూ వివరంగా చెప్పి, వాడుక భాషను కావ్య భాషగా పెంపొందించడం వల్ల కలిగే మేళ్ళను నొక్కి వక్కాణించడం జరిగింది. ఇది సాహిత్య భాషగా వాడుక భాష స్థాపనకు, నవ్య ఆధునిక భాష వ్యాప్తికి అంకురార్పణం.

1897 ఆనంద గజపతి మరణం.

1898 ఆనంద గజపతి అక్క అప్పలకొండయాంబ (రీవా రాణి) ఆంతరంగిక కార్యదర్శి ఉద్యోగం.

1902 తృతీయ సంతానం. కుమార్తె (పులిగెడ్డ కొండయ్యమ్మ).

1903 సంతానం లేకుండా చనిపోయిన ఆనంద గజపతి, తల్లి అలక రాజేశ్వరికి దత్తత చేసుకునే హక్కు నిచ్చారు. ఇది చెల్లదని దాయాదులు దావా వేశారు. దావా 1913 వరకూ సాగి రాజీ అయ్యింది. ఈ దావాను నడిపించే భారం అంతా గురజాడ మీద పడింది.

1905 తండ్రి మరణం.

1906 పాఠశాలల్లో సులభ తెలుగు బోధనా భాషకోసం, తూర్పు జిల్లాల విద్యాధికారి జె.ఎ. ఎట్స్‌తోనూ, విశాఖపట్టణం మిసెస్ ఏ.వి.యస్. కాలేజి ప్రిన్సిపాల్ పి.టి. శ్రీనివాసయ్యంగార్‌తోనూ, పర్లాకిమిడి కాలేజి లెక్చరర్ గిడుగు రామమూర్తితోనూ కలిసి కృషి, చర్చలు, వాడుక భాష కోసం మహోద్యమ ప్రారంభం.

1906 "కొండుభట్టీయం" రచన.

1907 "నీలగిరి పాటలు" ప్రచురణ.

1908 మద్రాసు కాంగ్రెసు మహాసభలో పాల్గొన్నారు. దాన్ని గురించి ఇంగ్లీషు పత్రికల్లో వ్యాఖ్యలు, ఆంగ్ల వ్యంగ్య పద్య రచన.

1909 "కన్యాశుల్కం" రెండో కూర్పు ప్రచురణ.

1910 ఆకాశంలో తోకచుక్క (హాలీస్ కామెట్) కనిపించగా కలిగిన భయాందోళనను "చన్నకాలపు చిన్న బుద్ధులు" గా వ్యాఖ్య.

1910 సకల కులాల వారితో బరంపురంలో సహపంక్తి భోజనం.

1910 'ముత్యాల సరములు', 'కాసులు' ప్రచురణ. ఇది మొదలుకొని, ఈ సంవత్సరంలో అనేక ఆధునిక కవితా గీతాలు, ఆధునిక కథలు వివిధ పత్రికలలో ప్రచురణ. వాడుక భాష కోసం వాదోపవాదాలతో, అనేక వ్యాసాలు కూడా యీ సంవత్సరంలో ప్రచురణం.

(వివరాలు ఆయా రచనలలో చూడవచ్చును.) ఈ ఏడే "బిల్హణీయం" ప్రథమాంకం ప్రచురణ అయ్యింది.

1911 "బిల్హణీయం" ద్వితీయాంకం, "లవణరాజు కల" ప్రచురణ.

1911 మద్రాసు విశ్వవిద్యాలయం బోర్డ్ ఆఫ్ స్టడిస్ సభ్యత్వం.

1911 ఆంధ్ర సాహిత్య పరిషత్తు స్థాపన. (వాడుక భాష ఉద్యమం కోసం.)

1912 కలకత్తా వంగీయ సాహిత్య పరిషత్తు తేనీటి విందు (జనవరి 23).

1912 "కన్యక" ప్రచురణ.

1912 రీవా రాణి మరణం.

1913 వారసత్వం దావా రాజీ.

1913 "సుభద్ర" రచన.

1913 ఉద్యోగ విరమణ, (ఫిబ్రవరి 12) పెన్షన్ రూ. 140.

1913 మద్రాసు విశ్వవిద్యాలయం "ఫెల్లో" పదవి.

1914 మద్రాసు విశ్వవిద్యాలయానికి 'విశ్వవిద్యాలయాలు, సంస్కృత, మాతృభాషలు' అన్న నివేదిక సమర్పణ.

1914 మద్రాసు విశ్వవిద్యాలయం పాఠ్య క్రమంలో వాడుక భాషను చేర్చరాదన్న నిర్ణయానికి అసమ్మతిగా 'అసమ్మతి పత్రం' సమర్పణ.

1914 అనారోగ్యం.

1914 "దించు లంగరు" రచన.

1915 తన శరీర స్థితిని గురించి, అనారోగ్యం గురించీ వైద్యునికి వివరణ (పంపిన తేది ఏప్రిల్ 9).

1915 "లంగరెత్తుము" రచన.

1915 నూతన గృహ ప్రవేశం.

1915 నవంబరు 30 మరణం.

# మొట్టమొదటి ఆధునిక కథలు

తెలుగులో ఆధునిక కథలు రావడం మొదలై ముప్పాతిక శతాబ్దం అయ్యింది. ఈ కొత్తమాదిరీ ఆధునిక కథ "దిద్దుబాటు" అన్నది. 1910 ఫిబ్రవరి నెలలో "ఆంధ్ర భారతి" అన్న మచిలీపట్టణం పత్రికలో యిది వచ్చింది. కథకుడు, గురజాడ వెంకట అప్పారావు (1862-1915).

ఈ కథలోని విషయం, ఆ కాలానికి సంబంధించినది, అప్పటివారి జీవితానికి సంబంధించినది. వ్యభిచారం ఒక వృత్తిగానూ, కులంగానూ వుంటూ వున్న కాలం అది. ఆ వృత్తికి, కులానికి చెందిన వేశ్యల పట్ల వ్యామోహం విద్యావంతుల్లోనూ, పై అంతస్తుల్లోని వారిలోనూ ప్రబలంగా వుండిన కాలం అది. వేశ్యా సంపర్కం ఒక ఘనకార్యంగా చెప్పుకునేవారని వీరేశలింగం తన "స్వీయ చరిత్ర"లో రాశారు. ఇటువంటి వ్యామోహంలో పడిపోయి పెడదారి పడుతూ వున్న భర్తకు, భార్య బుద్ధిచెప్పి దిద్దుబాటు చేస్తుంది. అందువల్ల, యీ కథ పేరు "దిద్దుబాటు" అయ్యింది.

"దిద్దుబాటు" పాత్రల సంభాషణలు పాత్రోచితమైన వాడుక భాషలోనూ, కథా కథనం సులభ గ్రాంథిక భాషలోనూ వున్నాయి. కథలోని సంగతి, అప్పటి కాలపు సంగతి. దాన్ని చెప్పేతీరు, ఎత్తుబడి, ముగింపు, విషయ ప్రస్తావన మొదలైనవి పూర్వ పద్ధతి కథలకు పూర్తిగా భిన్నం. మూలభావం, అప్పుడప్పుడే అంకురిస్తూ, వ్యాపిస్తూ వుండిన కొత్త సంస్కారభావం.

పేదరాసి పెద్దమ్మ కథలు, కాశీ మజిలీ కథలు, పంచతంత్రం కథలు, తెనాలి రామలింగం కథలు, బేతాళ కథలు, మదన కామరాజు కథలు, శుక సప్తతి కథల వంటివి కథలే కాని, వాటి తీరుతో, విషయంతో పోల్చితే, "దిద్దుబాటు" వేరయినదని స్పష్టంగా తెలుస్తుంది. "దిద్దుబాటు" పూర్తిగా ఆధునిక రీతిలో వున్న కథ, ఆ రీతి కథలలో మొట్టమొదటిది. అంచేత దాని కర్త, గురజాడ అప్పారావు తెలుగు ఆధునిక కథానికా సాహిత్యానికి ఆద్యుడు. అయితే, 1903 నవంబరు నెల "కల్పలత" (విశాఖపట్టణం) సంచికలో వచ్చిన "లలిత"[1] అన్న కథ, మొట్టమొదటి తెలుగు ఆధునిక కథ అన్న అభిప్రాయం వొకటి వుంది.[2] కాని "లలిత" ఆధునిక కథ కాదని దాని ప్రారంభమే చెపుతుంది. దాని స్వరూప స్వభావాలు పూర్వపు ఫక్కీవి. "లలిత" యిలా మొదలవుతుంది:

*"లలిత" ముద్దుగులుకు రాచకన్నెక. లోకమును జక్కఁగా నెఱుగనే యెరుఁగదు. విశాలమగు సోగ కన్నులును, జవితి చందురుని వంటి నెన్నుదురును: ముత్తెములవంటి పల్వరసయు, నప్పుడే కోసిన దంతపు ముక్కల వంటి చెక్కిళ్లును గల లలిత చక్కదనము*

1. *కథకుడు, "కల్పలత" సంపాదకుడు అచంట సాంఖ్యాయన శర్మ అని ఊహ.*
2. *"అభ్యుదయ" - 1978, మార్చి నెల సంచిక.*

కన్నుల పండువుగా నుండక మానదు. ఎన్నఁడును గలలో నయిన గంటెరుగని సరిక్రొత్త కొమ్మోవిగల లలిత కేవల యప్సరస గాకపోయినను బాల్యము విడిచి జవ్వనము నివ్వటిల్లుచున్న సొగసుకత్తె యగు లేజవరాలు.”

“లలిత” కథ, దాని కథనం, భాషాశైలి లన్నీ పూర్వ ఫక్కీవే. అవి ఆధునికమైనవి కానే కావు.

“దేవుడు చేసిన మనుషుల్లారా! మనుషులు చేసిన దేవుళ్లారా!, మీ పేరేమిటి?” అన్న గురజాడ పెద్ద కథ, “దిద్దుబాటు” తరవాత కొద్ది మాసాల్లో (1910 ఏప్రిల్, మే, జూన్), “ఆంధ్ర భారతి” లోనే వెలువడింది. తెలుగులో దీన్ని మించిన కథ రాలేదని విజ్ఞుల అభిప్రాయం. హిందూ మతంలోని శైవ, వైష్ణవ విభాగాలలోని కొందరి పోటాపోటీలు, దగాబుద్ధులు, కజ్జాకోరుతనం, గురజాడ రచనలన్నిటికీ సహజమైన నాటకీయతతో, యీ కథలో కళ్ళకు కట్టినట్టుగా కనిపిస్తాయి. పోటీపడే దొంగ భక్తులు, పచ్చి మోసగాళ్ళు దీనిలోని ముఖ్య పాత్రలు. దొంగ భక్తులకు శృంగభంగం, “అల్లారామ్” భక్తుడు, నిజాయితీ పరుడు అయిన “పీరు సాయబు” ద్వారా జరిగి కథ ముగుస్తుంది.[1]

ఒకే మతంలోని రెండు ముఠాల దగాకోరు తగాదాలు యీ కథ తెలియ జెపితే, రెండు మతాల సంఘర్షణ, దాని దుష్ఫలితాలు, చివరికి రక్త బాంధవ్యాభిమానం పెల్లుబికి అనురాగం పొంగి పొరలడం, “మతము–విమతము”[2] అన్న కథా వస్తువు. ఇది అసంపూర్ణ కథగా పరిగణింపబడుతూ వచ్చింది. కాని నార్ల వేంకటేశ్వరరావు యిది సంపూర్ణ కథేనని నిర్ధారణ చేశారు.[3]

“మతము–విమతము”, “మెటిల్డా”, “సంస్కర్త హృదయం,” “సౌదామిని” (అసంపూర్ణ నవలకు చిత్తు ప్రణాళిక) గురజాడ జీవిత కాలంలో ప్రచురణ జరగలేదు. “మతము – విమతము” తప్పితే, గురజాడ కథలన్నీ తన కాలపు జీవితానికి సంబంధించినవి. “సంస్కర్త హృదయం”, “సౌదామిని” ఇంగ్లీషులో రాసినవి. ఈ సంపుటంలో వున్నవి వాటికి తర్జుమాలు. “దిద్దుబాటు”లోనూ, “మతము : విమతము”లోనూ సంభాషణలు వాడుక భాషలో వుంటే, కథాకథనం సులభ గ్రాంథిక భాషలో వుంది. “.... మీ పేరేమిటి?” “మెటిల్డా” సంభాషణలు. కథాకథనం రెండూ వాడుక భాషలో వున్నవే. ఇంగ్లీషు రచనలు “సంస్కర్త హృదయం” శీర్షిక 'STOOPING TO RAISE', “సౌదామిని” శీర్షిక 'SKETCH OF A NOVEL'.

1910 ఫిబ్రవరిలో “దిద్దుబాటు”ను ప్రచురించాక, గురజాడ దానికి రద్దుబాటు చేశారు. సులభ గ్రాంథికంలో వున్న దాని కథాకథనాన్ని వాడుక భాషలోకి మార్చాడు. ఈ దిద్దుబాటు చేసినది కూడా యీ సంపుటంలో చేర్చబడింది. మొదటి దానిలో “అంతట మంచము క్రింద నుండి అమృత నిష్యందిని యగు కలకల నగవును కరకంకణముల

---

1. *ఈ కథ “పెద్ద మసీదు” అన్న శీర్షికతో యిదివరకటి గురజాడ కథల సంపుటాలలో వుంది.*

2. *ఈ కథలోని పుణ్యక్షేత్రం యిప్పటి పేరు “రామతీర్థాలు.” విజయనగరానికి ఉత్తరంగా కొద్ది మైళ్ళ దూరంలో వుంది.*

3. Gurazada, *సాహిత్య అకాడెమీ ప్రచురణ.*

హృద్యారావమును వినవయ్యెను" అని వున్న ఆఖరి వాక్యం, "అంతలో మంచం కింద నుండి అమృతం వొలికే కలకల నవ్వూ, మనోహరియైన నూపురముల రొద వినవయ్యెను"గా మార్చబడింది.

"మతము : విమతము" కథా కథనం వాడుక భాషలోనికి మార్చడం జరగలేదు. అది యీ విధంగా వుంటుంది : "నారాయణభట్టు మోము అత్యంత సంతోషముతో వికసితమై యుండెను." "గెడ్డము పెంచి యాబది సంవత్సరాల ప్రాయము గల తురక చిలుము పీల్చుచు కూర్చుని యుండ నారాయణభట్టు 'సలా'మని ఇట్లడగెను."

తెలుగులో రాసిన "దిద్దుబాటు", "మతము : విమతము", "దేవుడు చేసిన మనుషుల్లారా! మనుషులు చేసిన దేవుళ్లారా! మీ పేరేమిటి?", "మెట్టిల్డా" అన్న నాలుగు కథల్లో మొదటి రెండిటి కథాకథనం సులభ గ్రాంథికంలోనూ, సంభాషణలు వాడుక భాషలోనూ వున్నాయి. మిగతా వాటిలో, రెండూ వాడుక భాషలోనే. వాటిని ఆయన తన వేరువేరు దశల్లో రాయడం యిందుకు కారణమేమో!

1892 సరికే ("కన్యాశుల్కం" మొదటి కూర్పు తొలి ప్రదర్శనకాలం), రంగస్థల సూచనలు తప్ప, "కన్యాశుల్కం" నాటకమంతా శుద్ధమైన వాడుక భాషలో (ప్రతిపాత్రకూ, దానికి తగిన పాత్రోచిత భాషలో) రాశారు. మొదటి రెండు కథలూ ఆ దశలో రాసినవేమో. రంగస్థల సూచనల విషయంలో "కొండుభట్టీ" యానికి, "బిల్హణీ"యానికీ కూడా యిదే వర్తిస్తుంది.

"మతము : విమతము" తప్ప గురజాడ కథలన్నీ, ఆయన పట్టుదలతో తన రచనలలో ఆందోళన చేసిన స్త్రీ సమస్యకు సంబంధించినవే. ఈ సమస్యను ఆయన అనేక దృక్కోణాల నుంచి నిశితంగా పరిశీలించారు. కన్యాశుల్క వివాహాలు, వేశ్యావృత్తి, వేశ్యల వివాహ సమస్య, యవ్వనంలో వున్న భార్యలతో ముసలి భర్తల కాపురం, వితంతు వివాహాలు, పెద్ద వయస్సు తేడాలో జరిగే పెళ్ళిళ్ళవల్ల వైధవ్యాలు, వాటి ఫలితంగా జరిగే వ్యభిచారాలు, రండాగర్భాలు, గర్భస్రావాలు, స్త్రీ విద్య, అంతర్వర్ణ విహహాలు, స్త్రీలపైని జరిగే దుండగాలు, ఆత్మ రక్షణ కోసం స్త్రీల ఆయుధ ధారణ, వంటింటి చాకీరీ నుండి స్త్రీల విముక్తి.... యిటువంటివన్నీ ఆయన లోలోతులకు పోయి ఆలోచించిన విషయాలు, "ముసలి పులి" గా పేరుపడిన వృద్ధభర్త చేతిలో చిక్కుకున్న అందమైన పడుచు పెళ్ళాం పడేపాట్లు, ఆవిడ దైన్యస్థితి, అనుమానంతో ముసలి భర్త పెట్టే హింసలు, చేసే అవమానాలు "మెటిల్డా" కథ.[1] ఈ కథలోని కుటుంబ వాతావరణానికీ మెటిల్డా పేరుకూ ఎటువంటి పొత్తు లేదు. యూరోపియన్ సాహిత్యంలో యిటువంటి దైన్యావస్థలో వున్న పాత్ర పేరు దీనికి పెట్టడం జరిగిందేమో! కొంతవరకు మధురవాణి పాత్ర వంటిదే, "సంస్కర్త హృదయం" లోని సరళ అన్న వేశ్య పాత్ర. గత్యంతరం లేక చేస్తోన్న వేశ్యా వృత్తి; పెళ్ళి చేసుకొని సంసారిగా జీవించాలన్న కోరిక; కాని అది – ఎలా నెరవేర్చుకోవాలో తెలియక తికమక వేశ్యల్ని లేవనెత్తాలన్న సంత్సంకల్పం వున్న ప్రొఫెసర్, నిష్ట చెడి తానే వెల్లకిల పడిపోవడం మొదలైన ఈ కథలోని సంగతులు. ప్రొఫెసర్ హృదయం మంచిది, కాని మనస్సు

---

*1. "మెటిల్డా"కు ఆధారం, కథకునికి ఒక వంటలక్క చెప్పిన ముచ్చట. (డైరీ 1895, ఏప్రిల్ 27).*

పటుత్వం వున్నది కాదు. ప్రొఫెసర్ వేశ్యావృత్తికి బద్ధ విరోధి. అంచేత ఆ వృత్తిని సమర్థించే చందర్ వంటి వాళ్ళు పగబట్టి, ఆయనను అభాసుపాలు చేసినట్టుంది, స్త్రీ సౌందర్యారాధనతో మొదలై కామోద్రేకంగా పరిణమించే పరిస్థితి ఏర్పడింది. ఈ విషయం గురించి మెటిల్డాలో ఒక పాత్ర "చెడ్డ తలంపు – కంటికగ్గనబడకుండా మనసులో పొంచి వుంటుంది... ఆ అవకాశానికి అవకాశం యివ్వనివాడే ప్రాజ్ఞుడు" అని చెపుతోంది. ఈ విషయాన్నే "బిల్హణీయము"లో, గురజాడ బిల్హణుని నోట "విష్ణువు జగన్మోహిని రూపము దాల్చి యెదుట అవుపించేసరికి జితేంద్రియుడైన శివుని ధైర్యము సడలినది కాదా?" అని చెప్పించారు.

నవలగా రాయాలనుకొని, అసమగ్రంగా, అసంపూర్ణంగా వదిలిపెట్టినది, "సౌదామిని." ఇతివృత్తం ఎత్తుబడిలోనూ, నడకలోనూ దీనిలో గొప్ప నవల రూపురేఖలు కనిపిస్తాయి; కొన్ని వర్ణనలు, సంభాషణలు, సంఘటనలు, గురజాడ ముద్రతో మెరుపులూ మెరుస్తూ కనిపిస్తుంటాయి. దీన్లో ముఖ్యంగా గమనించవలసినవి – పురుషుడి దౌర్జన్యం నుండి ఆత్మరక్షణ కోసం స్త్రీ కత్తిసాము నేర్చుకోవాలన్న ప్రతిపాదన; మరీ ఎక్కువగా బిగుసుకుపోయి వివాహ బంధం గురించి ఆలోచన; వంటింటి చాకిరీ నుండి స్త్రీకి విముక్తి జరగాలంటే, కుటుంబం ఆహారావసరాలు తీరడానికి జరగవలసిన ఏర్పాట్ల గురించి ప్రతిపాదన. ఇవి గురజాడ జీవిత కాలంలో ఊహించడానికైనా వీలుకానివి. అప్పటికీ యిప్పటికీ ముప్పాతిక శతాబ్దం గడిచిపోయింది. ఇప్పుడివి అనూహ్యాలు కావు కాని, సాంఘిక న్యాయం అమలు జరుగుతూ వున్న దేశాల్లో మాత్రమే ఆచరణ సాధ్యాలు. గురజాడ చూపు సరిహద్దులు లేనిది.

"ఈ సమాజంలో స్త్రీల కన్నీటి గాథలకు కారణం నాకు తెలుసును. తిరిగి వివాహ మాడకూడదనే నియమం, విడాకుల హక్కులేని కారణం, ఆర్థిక స్వాతంత్ర్యం లేకపోవడం స్త్రీల కన్నీటి గాథలకు హేతువులు" అని వివరిస్తూ, "ఆధునిక మహిళలు భారతదేశ చరిత్రను తిరిగి రచిస్తారు" అన్నది ఆయన ఆశాభావం.

సెట్టి ఈశ్వరరావు

# విషయసూచిక

★గురజాడ చిత్తు రాతప్రతి యథాతథ రూపం – ఈ అనువాదం. అధ్యాయాల సంఖ్యలు కూడా ఉన్నవి ఉన్నట్లుగానే ఇచ్చాము. వస్తువు ఒక క్రమరూపంలోనే కన్పించటం విశేషం.

# మీ పేరేమిటి?

## దేవుఁడు చేసిన మనుషుల్లారా!
## మనుషులు చేసిన దేవుఁళ్లారా! మీ పేరేమిటి?

పురాణములను[1] గురించి మేము శంకలు వేస్తే, మా గురువుగారు "వెధవ చదువు! మీ మతులు పోతున్నాయి. మీరు వొట్టి బౌద్ధులు" అనేవారు.

"బౌద్ధులు యెషువంటివారు శాస్తుల్లుగారూ?" అని రామ్మూర్తి[2] అడిగాడు. రామ్మూర్తి శతపెంకె.

"రేపు ఆదివారం నాడు పువ్వుల తోటలో ఉపన్యాసం యిస్తాను. అంతా రండి" అని శాస్తుల్లుగారు శలవిచ్చారు.

ఆదివారం మధ్యాహ్నం నాలుగు గంటలప్పుడు పువ్వుల తోటలో ఒక వరువు మావిడి చెట్టుకింద యిసకలో మేవంతా పాతికమంది క్కూచున్నాం. మధ్య గావంచా పరుచుకుని, మాకు అభిముఖంగా శాస్తుల్లుగారు కూచున్నారు. నేను బల్ల చెక్క తెచ్చి వెయ్యబోతే "వొద్దురా, మీరంతా కింద కూచుంటే నేను బల్లమీద కూచుంటాన్రా!" అన్నారు. రెండు[3] కొబ్బరికాయల నీళ్ళు తాగి, తాంబూలము వేస్తూ శాస్తుల్లుగారు బౌద్ధమతం విషయమై ఉపన్యాసం ఉపక్రమించారు. పది[4] నిమిషములు అయేసరికి, రామ్మూర్తి[5] తన చేతనున్న పుస్తకం విప్పి చూచి, "శాస్తుల్లుగారూ, తాము[6] శలవిస్తూన్నదంతా సర్వదర్శన సంగ్రహము[7]లోనిది కాదండి" అని అడిగాడు. ఆశ్చర్యపడి శాస్తుల్లుగారు, "ఔరా! నీ కెలా తెలిసెనురా! అదేం తర్జుమా కాదు గద?" అన్నారు.

"ఔనండి."

"ఈ యింగిలీషు వాడు ఉద్దడ పిండంరా![8] ఆ రెండో పుస్తకమేమిటో?"

"బుద్ధచరిత్రండి."

"ఎక్కడ సంపాదిస్తార్రా యీ అపూర్వ గ్రంథాలు, యేదీ తే."

శాస్తుల్లుగారు పుస్తకం అందుకుని, అతి మధురమైన కంఠంతో[9] చదివి, అర్థం చెప్పడం ప్రారంభించారు.[10]

---

*1. లిఖిత ప్రతిలో – 'పురాణ కథలకు', 2. 'ఒకనా డడిగాడు.' 3. 'లేత', 4. 'నిమిషాలు', 5. 'పుస్తకం ఒకటి తనలోతను చదువుకుంటూ', 6. 'శలవిచ్చేదంతా', 7. 'లోంది', 8. 'ఆ రెండో పుస్తకం?'*

*9. శ్లోకాలు.*

*10. వారు చెప్పే కథల్లా కళ్ళగ్గట్టినట్టుంటుంది. ఆ రోజు అలా సంతోషంగా వెళ్ళిపోయింది. యింటి కొచ్చేటప్పుడు శాస్తుల్లుగారు శలవిచ్చారు, యీ సంస్కృత విద్యయందు యెలా కుదిరిందిరా అభిమానం తెల్లవాడికి? యెక్కడలేని గ్రంథాలూ పైకి లాగుతున్నారు – వాళ్ళయందు తప్పకుండా భగవంతుడు వున్నాడు.*

నాలుగు రోజులు పోయిం తరువాత, శాస్తుల్లుగారు[1] క్లాసులో యిలా శలవిచ్చారు. [2]"ఒరే యీ పుస్తకం చదివిందాకా బుద్ధుడి మహిమ నాకు తెలియలేదురా. తప్పకుండా యీ మహానుభావుడు శ్రీ మహావిష్ణు అవతారc వే్ౕరనా."[3]

ఆనాటినుంచీ శాస్త్రుల్లుగారు మమ్మలిని బౌద్ధులని దూషించడం మానేశారు. కిరస్తానులమని మట్టుకు అంటూ వచ్చారు. క్రీస్తును, శ్రీ మహావిష్ణుయొక్క పదకొండవ అవతారంగా చెయ్యడానికి సాధ్యంకాక వొడబడి వూరుకున్నాం.

మ గురువుగారి వంటి గురువులు లోకంలోలేరు. చిరకాలం కాశీవాసం చేసి తర్కశాస్త్రము చదువుకున్నారు. మన దేశంలో అంత తార్కికుడు లేడని ప్రతీతి, శాస్త్రం మాటకేంగాని, కావ్యాల్లో మంచి రసగ్రాహి మరి సుగుణ సంపత్తికో అంటే, సత్యకాలపు మనిషి అన్నప్పుడు, ఆయనే సత్యకాలపు మనిషి. అంత పాండిత్యం యింత సత్యకాలం ఒక్క బుఱ్ఱలో యెలా యిమిడివున్నాయో, ఆశ్చర్యం?

యీ జరిగినది పది సంవత్సరముల కిందటి మాట. ఇప్పుడు శాస్త్రుల్లు గారు పించను పుచ్చుకున్నారు. మాలాటి శిష్యుల శుశ్రూష పొందుతూ, మాకు సంస్కృత గ్రంథాలు చెబుతూ, సంతోషిస్తూ, సంతోష పెడుతూ, కాలం వెళ్ళబుచ్చుతున్నారు.

నేను వర్తకం చేస్తున్నాను. రామ్మూర్తికి భూములు లావుగా వున్నాయి. కొత్త కొత్త మోస్తర్లను వ్యవసాయం చేస్తున్నాడు. వూట గెడ్డ దరిని సీతారామకోరుతున్న (?) ఒక బ్రహ్మాండమయిన తోట వేశాడు. అవి పువ్వులు కావు, అవి పళ్లు కావు. తొలి ఫలాలు గురువుగారు ఆరగించనిదీ రామ్మూర్తి చెట్టు ముట్టడు. ఆ తోటలో విహరించడం గురువుగారికి అత్యానందం. అక్కడనే మేం తరచు మీటింగులు చేస్తూవుంటాం. వెంకయ్య స్కూలులో మేష్టరు. ఖాయిదా లావుచేసి, తిట్లు తింటూ వుంటాడు. మా స్కూలు జట్టులో ఆరేడుగురం యిక్కడనే వున్నాం. గురువుగారూ మేమూ కలిసినప్పుడల్లా స్వర్గ ఖండం ఒకటి అక్కడికి దిగినట్లు వుంటుంది.

## ఇక ప్రస్తుత కథా

మా పట్నానికి యెనిమిది మైళ్ళ దూరంలో రామగిరి అని ఒక విష్ణుక్షేత్రం గలదు. దాని వర్ణన మరి వక మాటు చేస్తాను. ఇప్పటి మట్టుకు మీకు తెలియవలసిన దేమంటే- అక్కడి విష్ణుక్షేత్రం ఆధునికం. ఆ వూరి నల్లకొండల నంతటను శిధిలమైన బౌద్ధ కట్టడములు కలవు. అక్కడివారు వాటిని పాండవుల పంచలంటారు. ఈ దేశంలో పాండవులు వుండని గుహలూ, సీతమ్మవారు స్నానమాడని గుంటలూ లేవు.

ఒక పెద్ద గుహలో నున్న బౌద్ధ విగ్రహమును శివుడని, దాని పక్కనున్న దేవీ విగ్రహమును గౌరి అని భావించి జంగాలు పూజ చేస్తున్నారు.

---

*1. వొకనాడు.*

*2. ఒరేయ్! నిజం చెప్పాలి కదూ.*

*3. ఇంతవరకూ లిఖిత ప్రతితో సరిచూడబడిందని విశాలాంధ్ర పబ్లిషింగ్ హౌస్ 1972 ముద్రణ.*

ఉండగా, ఉండగా, కొన్నాళ్ళకి, ఒక దొర, గుమాస్తాలతోను, బిళ్ళ బంట్రోతులతోనూ వచ్చి, మెట్టల పడమట నున్న ముదర మామిడి తోటలో కాంపు ఖణాయించాడు. మరిన్నీ వొందల కొలది కూలీలను కూర్చి ఆ కొండల మధ్య నున్న దిబ్బలు తవ్వించడం ఆరంభించాడు. ధనంకోసం తవ్వుతున్నాడని అక్కడి వాళ్ళంతా అనుకొన్నారు. కాని, విరిగిన ప్రతిమలూ, జిలుగు చెక్కిన రాళ్ళూ, పాతుకపోయిన పాత కుండలూ, మండలూ, బళ్ళ మీద పెరికి ధనం కంటెనూ యెక్కువ భద్రంగా యేర్చి పేర్చాడు. ఇవి చూచుటకే మేం వెళ్లాం.

మేం ఆ వూరు వెళ్లేసరికి జంగాలు పూజచేసే పాలరాతి బుద్ధ ప్రతిమను గూర్చి వూరంతా కోలాహలంగా వుండెను. ఆ బొమ్మ మేం చూశాం. బహు సొగసైనది. ఇంత తీరైన చిత్రము గాంధార దేశంవైపు తప్ప మరెక్కడా చూడలేదని దొర మాతో చెప్పారు. దాని పీఠం మీద "హే ధర్మా హేతు ప్రభవా" ఇత్యాది బౌద్ధ సిద్ధాంతము సొంపుగా వ్రాయబడి యున్నది. దొరగారు దానిమీద కన్ను వేసి "ఇస్తారా?" అని అడగగా, శైవులలో పెద్దలు "ప్రాణములనయినా యిత్తుము గాని దానిని యివ్వజాలము" అనిరి. దొరగారు నలుగురితో సాయిలా పాయిలాగా తిరిగేవారు గనుక మర్యాదగా జవాబు చెప్పారు. మరివకరైతే కథ చాలా దూరం వెళ్ళివుండును. దొరగారు అంతటితో ఆ ప్రయత్నం మానుకున్నారు.

ఇలా వుండగా ఒకనాటి రాత్రి పూజచేసే జంగం శరభయ్య ఆ ప్రతిమను పెగిల్చి, కొనిపోయి దొరగారికి రెండు వందలకి అమ్మజూపాడు. దొంగతనంగా తెస్తివి పుచ్చుకోజాలను అని, దొర తనకు మాట రాకుండా వుండగలందులకు వూరి పెద్దలకు కబురు పెట్టాడు. ఏమిటి, యీ దొర బుద్ధి తక్కువా అని శరభయ్య కొంత ఆశ్చర్యపడి, దొర కొంచెం కనుచాటు కాగానే, మెట్టల వైపు పరుగుచ్చుకున్నాడు. నాటికీ నేటికీ మరి పికరు లేదు.

శాయన్న భుక్తగారి యింట బస చేసి ఆ వూళ్ళో మేం మూడ్రోజులు వున్నాం. శాయన్న భుక్త మా గురువుగారి దగ్గర కొన్నాళ్ళు తర్కం చదువుకున్నాడు. మంచి సాహిత్యం కద్దు. కొంచం కవిత్వం కూడ అల్లుతాడు.

మూడోనాడు రాత్రి భోజనం చేసుకొని డాబా మీద నలుగురం కూచున్నాం. చిన్న గాలి రేగి తోటలో కొబ్బరి మట్టలు అల్లాడడం ఆరంభించాయి. యెదట దేవుడి కొండ బ్రహ్మాండమైన మహాలింగము వలె చీకటిని చీల్చుకొని మిన్నుముట్టి మనిషియొక్క ఆత్యల్పతను సూచించుచు, యేదో చెప్పరాని చింతను భీతిని మనస్సులకు కలుగజేయు చుండెను. దేవతలు పూజచేసిన దివ్య కుసుమముల వలె చుక్కలు శిఖరము చుట్టు చెదిరి వెలిగెను. మా మనస్సులు గత కాలము నాటి స్థితిగతులను గూర్చిన ఊహలతో నిండియుండెను. తలపోసి ఆనాడు యీ స్థలం యేలా వుండెనో బౌద్ధులు యేమి యేమి చేసేవారో అని నేనంటిని.

ఆ పీనుగులు మనలాగే యేడుస్తూ వుండేవారు. మనకంటె అద్దాన్నంగా వుండేవారు అని సున్నితమైన తలంపులు బెదిరి చెదిరే పెళుసు గొంతుకతో వెంకయ్య అరిచాడు. నాకు కళ్ళ మొయ్యా కోపం వొచ్చి "నీ అమూల్యమయిన వూహలతో నువ్వు

ఆనందించరాదా, నా తలలో నే కల్పించుకున్న బౌద్ధ ప్రపంచమును పెటుకు మాటలాడి యేల కలత పరిచెదవు" అని అడిగాను.

"గాని" శాస్తుల్లుగారు అన్నారు. "బుద్ధుడు విష్ణ్వవతారం గదా యీ జంగాలు శివుడని యేల పూజ చేస్తున్నార్రా?" అని శంక వేశారు.

శాయన్న భుక్త పొడుం డబ్బీ తీసి, పెద్ద పట్టు పీల్చి, గావంచాతో ముక్కు తుడుచుకుని "ఒక కథ వుంది" అన్నాడు. కథంటే శాస్తుల్లుగారికి సరదా. "అయితే చెప్పు" అన్నారు. చెవి నొగ్గి విన్నాం. యిదీ కథ.

ఈ గ్రామంలో శైవ వైష్ణవ మతాలకు వైరం చిరకాలం నుంచి కద్దు. శివమతానికి మొనగాడు జంగం శరభయ్య. అనగా యిప్పుడు పారిపోయిన పూజారే. మొన్న ప్రతిమను పెరికి పలాయనం అయిందాకా అతగాడు సాక్షాత్తూ నందికేశ్వరుడి అవతారమని రాత్రులు గృహ యెదుట వృషభ రూపమైఁ మేస్తూ వుంటుందని యిక్కడి జంగాలకూ, దేవాంగులకూ నమ్మకం. ఇపుడైనా ఆ దొర కిందటి జన్మలో పరమ మహేశ్వరుడౌటచేత ఆ విగ్రహమును కోరినాడనీ, భక్తవాత్సల్యం చేత శివుడిచ్చిన శలవును అనుసరించే శరభయ్య విగ్రహాన్ని పెరుక్కు వెళ్ళాడనీ, డేరా నుంచి పారిపోవడంతో వృషభ రూపం ధరించి రంకెవేసి మరీ దాటేశాడనిన్ని ఒక వార్త అప్పుడే అతని శిష్యులు పుట్టించారు. రేపో నేడో వీరాసనం వేసుకుని ఒక ధ్యానం చేస్తూ కొండమీదనో, గోపురము మీదనో ఆవిర్భవిస్తాడు. బాజా బజంత్రీతో వెళ్లి ఉల్లభంబట్టి తోడ్చుకు వస్తారు. ఆపైని కంసాలి వీరయ్య (వీరణాచారి అని పిలిస్తేనే గాని కోపగిస్తాడు) ఆ కథకు చిలువలూ పలవలూ కల్పించి ద్విపద కావ్యం రచించి అచ్చు వేస్తాడు. ఆ ఉభయుల కీర్తి దిగ్గంతులకు వెల్ల వేస్తుంది.

"ఔరా వీళ్ళ మూఢ భక్తి! యీ ప్రపత్తి పండితులకు వుండదురా, వీళ్ళది యేమి అదృష్టం" అని గురువు గారు అన్నారు. ఆ పైని వెంకయ్య యేమో అనబోతే చేతితో నోరు అడ్డాను. యెవరి అభిప్రాయం వారు చెప్పకుండా నీ శాసనం యేమిటి అని అడిగాడు. మాటడవద్దని చైసౌజ్ఞ చేశాను. శాయన్న భుక్త తిరిగీ యెత్తుబడి చేశారు.

అవును తాము శెలవిచ్చినట్టు పామరులకు వుండే గాఢ భక్తి పండితులకు వుండదుగాని యీ మూఢభక్తి ఒకప్పుడు ప్రాణాంతం తెస్తుంది. అదే చెప్పబోవుచున్నాను వినండి.

"నేనూ ఆ మాటే చెప్పబోతే చెప్పనిచ్చాడు కాదు" అని వెంకయ్య అన్నాడు. "అవును నీకంటూ తెలియని సంగతి లేదు మరి వూరుకో" అన్నాను.

శివస్థలం యొక్క ఉత్పత్తి మీకు తెలియనే తెలుసును. పూజారి శరభయ్య చాలా కథకుడౌటచేతను, వీడి రోజుల్లో శివస్థలానికి మిక్కిలిగా వైభవం కలిగింది. చుట్టుపట్ల గ్రామాల వాళ్ళందరూ మొక్కుబళ్ళు చెల్లిస్తారు. ఉత్సవపు రోజులలో పెద్ద జాతర్లు సాగుతాయి. మరిన్నీ యిక్కడి దేవాంగులు కలిగినవాళ్ళు. జంగంపాడు యావత్తున్నూ, దేవర పేటానున్నూ, శరభయ్య మాట మీద నడుస్తారు. ఈ గ్రామంలో వుండే విష్ణుస్థలం రెండు వందల యేళ్ళ కిందట యీ దేశం యేలే ఒక మహారాజు కట్టించి రాగభోగాలకు వొక గ్రామం స్వామికి సమర్పణ చేశారు. అప్పటినుంచి రంగాచార్యులు గారి కుటుంబస్థులే యీ స్థలానికి ధర్మకర్తలై ఉంటూ వచ్చారు. ఈయన యిద్దరు ముగ్గురు వైష్ణవులను

జీతమిచ్చి వుంచి వాళ్ళచేత మిక్కిలి భక్తి శ్రద్ధలతో స్వాంవారి కైంకర్య జరిపిస్తూన్నారు. రంగాచార్యులుగారు బహు యోగ్యులు. ఆయన యొక్క సంస్కృత సాహిత్యం మీరు చూడనే చూశారు. ద్రవిడ వేదములో కూడా గట్టివారని ప్రతీతి కద్దు. ఆయన కొమాళ్ళు క్రిష్ణమాచార్యులు కూడా సంస్కారే గాని విశేష ప్రయోజకుడు కాడు. ఆ యింటికి వెలుగు తెచ్చినది యీ కృష్ణమాచార్యులు భార్య నాంచారమ్మ. ఆమె తల్లీ తండ్రి కూడా పండితులౌటచేత ఆంధ్ర గీర్వాణముల యందు మంచి జ్ఞానం సంపాదించిరి. పురాణం ఆ యిల్లాలు చదివినంత శ్రావ్యంగానూ, రసంతోనూ యెవరూ చదవజాల్రు. రూపమూ రూపానికి సదృశమైన గుణసంపత్తి కలదు. ఆమెకు ఒక కొమార్తె, ఒక కొమారుడున్నూ. యిల్లూ, దేవాలయం కూడా ఆమే చక్కబెట్టుకుంటారు.

"ఇది కవిత్వమా, నిజమా?" అని వెంకయ్య అడిగాడు.

"మాకూ వాళ్ళకూ రాకపోకలు గలవు. నా భార్య చెప్పిన మాటలు నే చెబుతున్నాను. ఆమె పురాణం చదవడం చెవులారా విన్నాను. మీకూ వినడపు అభిలాష వుంటే రేపటి దాకా వుండిపొండి. విష్ణు స్థలం యొక్క స్థితి ఇది. గాని, అయ్యంవార్లం గారు మత సంబంధమైన జట్టీలలో ఎన్నడూ జోక్యం కలగజేసుకోవడం లేదు. వైష్ణవ పక్షానికి కెప్తాను సాతాని మనవాళ్ళయ్య. అనగా రోజూ పొద్దున్న ఉపాదానాకు వచ్చి, స్తోత్ర పాఠాలతో పెణక యెగరగొట్టేస్తాడే, అతగాడే. ఒకనాడు తెల్లవారుగట్ల కలక్టరుగారు గుఱ్ఱమెక్కి వస్తూవుండగా, గ్రామ పొలిమేరను మనవాళ్ళయ్య యెదురై, పెళ పెళమని శోకం యెత్తుబడి చేసేసరికి, ఇతని స్థూలకాయం, బఱ్ఱె నామాలు, రాగి ధ్వజం, కోలాహలమూ చూసి గుఱ్ఱం బెదిరింది. కోపం వచ్చి కలక్టరు అయిదు రూపాయలు జుల్మానా వేశారట. ఈ కథ శుద్ధాబద్ధం అనీ, తనచేత శ్లోకాలు చదివించి దొరగారు ఐదు రూపాయలు ప్రెజంటిచ్చారని, అవి పెట్టి కొత్త వ్యాయవార పాత్ర కొన్నానని మనవాళ్ళయ్య చెబుతాడు.

## 2

శైవులలో వున్న ఐకమత్యం వైష్ణవుల్లో లేదు. సాతాన్లు చాల మంది మనవాళ్ళయ్య శిష్యులే. అయినప్పటికీ కొందరుమట్టుకు అతను అవతార పురుషుడని చెప్పరు. అతనంటాడు. "శరభయ్యే వృషభావతార మైనపుడు నేను గరుడాళ్వారి పూర్ణావతారం కాకపోతే కాకపోవచ్చును గాని వారి యొక్క అత్యల్పాంశ వల్లనైనా జన్మించి వుండకూడదా. గరుడాళ్వారి నఖములయొక్క తేజస్సు నాయందు ఆవిర్భవించి వున్నది కాబట్టే, శరభయ్యను యిలా చీల్చిపేల్చుతున్నాను."

అయ్యవార్లంగారికి ఒక మాటు యీ మాట చెవిసోకి గట్టి చీవాట్లు పెట్టారు. ఆ చీవాట్లు తిని పైకివచ్చి. "యీ బ్రాహ్మణులదీ, జ్ఞానము కాదు. అజ్ఞానమూ కాదు. కడజాతి మనుష్యులే భక్తి ప్రభావం చేత ఆళ్వార్లు అయివుండిరి గదా? ఇంత కాలవాఀయి రాముడి ధ్వజమును జయప్రదంగా మోస్తూ. శైవ సంహారం చేసిన నేను శ్రీమద్గరుడాళ్వారి నఖాగ్రాగ్రం యొక్క అవతారం యేల కాను? గారుడాళ్వారి నఖములు పెరిగి, ఖండన ఐనప్పుడూ ఆ ముక్కలు నా వంటి భక్తులుగా ఆవిర్భవించి పరమత సంహారం చేస్తవి గాని, వృధాగా

పోనేర్చునా? వట్టి మాట!" అన్నాడు. "ఔర, యేమి మూర్ఖత; యేమి అహంభావము, యీ అజ్ఞులా అవతార పురుషులు? యిలా అన్నందుకు వీళ్ళ తలలు పగలిపోవురా?" అని గురువుగారు అన్నారు.

"శాస్తుల్లుగారూ! పాత రోజులైతే వీళ్ళే అవతారాలయిపోదురు. వీళ్ళ పేరిట బొమ్మలు నిలిపి, దేవాలయాలు కట్టి, మనవేఁ పూజ్జేతుం. మరి బుద్ధుడూ యిలాంటి మనిషేగదండి" అన్నాడు వెంకయ్య.

"చాకి బట్టెకీ సముద్రానికీ సాపత్యం తెస్తివి." అన్నారు గురువుగారు.

"అన్న మాటకల్లా వ్యాఖ్యానం చేస్తేగాని వూసుపోదురా?" అని నే అన్నాను.

"యీ వూరి నాయలు స్తోమం కలవాళ్ళు. అందులో సారథి నాయుడు లక్షాధికారి. అతని బావమరిది రామినాయడు గ్రామ మునసబు. కొంచ ధూర్తు, నిషా బాజీన్నీ. భోజన ప్రియుడు. ఈ తాలూకాలోకల్లా పెద్ద సారా దుకాణం యీ వూళ్ళోనే వుంది. దాన్నిబట్టి యీ వూరి యోగ్యత మీరు వూహించుకోవచ్చును.

నాలుగు సంవత్సరముల కిందట యిక్కడికి దక్షిణ దేశం నుంచి ఒక అయ్యవార్లంగారు వచ్చి, సారథి నాయడికీ, ఇంకా మరికొందరు నాయలకూ, చక్రాంకితం చేసి, వైష్ణవ విచ్చారు. ఆనాడు మునసబు రామినాయడు రామస్వామి వారి ఆలయంలో తూంపట్టు పులిహోరా, వైష్ణవమూ యేక కాలమందే గ్రహించాడు. నాటికీ, నేటికీ, రెంటియందూ ప్రపత్తి యేక రీతిగానే వుంది. అప్పటినుంచీ సారథి నాయడు ద్వాదశి ద్వాదశికీ స్వాం వారికి విరివిగా రాగభోగాలు నడిపిస్తున్నాడు. ద్వాదశి అంటే రామినాయడికి పెద్ద పండగ.

నాయళ్ళంతా వైష్ణవం పుచ్చుకుని, శివకోవిల వైపు తిరిగి చూడకపోవడం, శరభయ్యకు కంట్లో మిరపకాయలు రాసుకున్నట్టు వుండెను. ఆలోచించి ఆలోచించి ఒక యెత్తు యెత్తాడు.

ఆ రోజుల్లో హైదరాబాదు రాజ్యంనుంచి శివాచార్లు కొందరు దేశసంచారార్థం యీ ప్రాంతానికి వచ్చారు. మరి రెణ్ణెల్లనాటికి పీఠంతోనూ, ప్రభలతోనూ, రుంజలతోనూ, పెను ప్రళయంగా వచ్చి యిక్కడికి దిగబడ్డారు. రోజూ అర్ధరాత్రివేళ శివార్చన చేసేవారు. ఆ సమయంలో శంఖాలు, జయఘంటలు, ఢమామీలు, వీటి ధ్వని పామరుల మనస్సులో భయోత్పాతం పుట్టించేది. యీ నల్లరాతి కొండల్లో ఆ ధ్వనులకు ప్రతిధ్వనులు కలిగి, కోలాహలంగా వుండేది. యీ అట్టహాసంతో వైష్ణవం పుచ్చుకున్న ఒక్కొక్క నాయడే, నామాలకి నామంబెట్టి, వీబూది రుద్రాక్షధారణం చెయ్యడం ఆరంభించాడు. వచ్చిన పదో రోజున శివాచార్లు గుండం దొక్కడానికి పెద్ద ప్రయత్నాలు చేశారు. సారధి నాయణ్ణి కదిలించడమే వాళ్ళ ముఖ్య ప్రయత్నంగా వుండెను. అదివరకే సారథి నాయడికి శివమతం వేపు తూగు లావాయెను. గుండం తొక్కడం చూసిన తరువాత సారథి నాయడు సిద్ధాంతంగా శైవం పుచ్చుగుంటాడని అంతా నమ్మారు. అందుచేతనే, శైవుల్లో మొనగాళ్ళంతా రుంజలతో సారథి నాయడి యింటికి వెళ్ళి, చాలా కైవారం చేసి ఉత్సవం చూచుటకు రాక తీరదని పిలిచారు.

ఈ మాట చెప్పగా, అయ్యవార్లంగారు యేమన్నారంటే "రాముడి ఆజ్ఞ యేలా వుంటే, అలా జరుగుగాక. వైష్ణవుడు, శైవుడు కావాలని కోరితే, అడ్డి యేమి కార్యం? కాక కాశీలో మృతి పొందినవారికి శివుడే కదా, తారక మంత్రోపదేశం చేస్తాడు. గనుక యీ జన్మంలో పరమ శైవుడైనవాడికి, వచ్చే జన్మలో తారక మంత్రోపదేశం చేసి, ముక్తి యివ్వకపోతాడా? ఏ మతమైనా ప్రపత్తి వున్నవాడికి తోవ వుంది. అది లేకుంటే వైష్ణవుడైనా, కార్యంలేదు." సాతాన్లకి అయ్యవార్లంగారి ఉదాసీనత చెయి విరుచుకున్నట్టు వుండెను.

"ఈ బ్రాహ్మడికి వైష్ణవాభిమానం తక్కువ. గనక మనం విజృంభిస్తేనేగాని వైష్ణమత ప్రభావానికి అగౌరవం వస్తుందని మనవాళ్ళయ్య ప్రగల్భించి, శివాచార్లు గుండం దొక్కేనాటి రాత్రి రెండు ఝాములప్పుడు కోవిల యెదటి రావిచెట్టు కింద పెద్ద మీటింగు చేశాడు. సాతాన్లూ నాయలూ వొందలకి జమ అయినారు. అందులో యోధులు దుకాణంలో రహస్య శేవ శేవించి, ఒక్కొకరే దిగబడ్డారు. అంతట మనవాళ్ళయ్య చెట్టు మొదటి రచ్చ రాతి మీద వంగి నిలిచి, గెడ్డము కింద వక కఱ్ఱ ఆనుకుని, యేమని పలికెను. "పరమ భాగవతోత్తములారా; వింటిరా ఈ శైవుల యొక్క రాక్షస మాయల్లో పడి, అప్పుడే చాలామంది నాయలు వైకుంఠానికి పోయే రాజమార్గమైన వైష్ణవ మతం విడచి, అంధకారబంధురమైన శైవమతంలో కూలిపోయినారు. ఇక మన పరమ మిత్రుడున్నూ, భక్తాగ్రేసరుడున్నూ అయిన సారథి నాయణ్ణి మాయగమ్మి తమలో పడవేసుకొనుటకు, యిప్పుడు విపుల ప్రయత్నం చేస్తున్నారు. ఈ రాత్రి అతడు వెళ్ళి శైవుల ఘోర కృత్యములు చూసెనా, మరి మనవాడు కాడు. గనక అతన్ని కాపాడి శ్రీ మహావిష్ణువు యొక్క మహిమ ప్రజ్వలింపచేసే సాధనం యేమిటో తాము అంతా ఆలోచించండి. సారథి నాయడు యీ రాత్రి అక్కడకు వెళ్ళకుండా ఉపాయము కల్పించడము కర్తవ్యమని నా అభిప్రాయము."

యెలాగంటే, యెలాగని నలుగురూ తలపోయుచుండగా, రామానుజయ్యా లేచి నిలిచి అన్నాడు. "దీనికింత ఆలోచనేలా? యేమి? వాళ్ళు చేసే పని మనమేల చేయరాదూ? రామభక్తుడైన శివుడికే అంత మహిమ వున్నప్పుడు సర్వేశ్వరుడైన ఆ రాముడికి అంతకన్న వెయ్యి రెట్లు మహిమ వుండకపోయెనా? గనక నా సలహా యేమిటంటే శ్రీమద్గరుడాళ్వారి అవతారమైన మనవాళ్ళయ్య రాగి ధ్వజం చేతబట్టుకొని, నాలాయిరం పఠిస్తూ గుండం తొక్కితే సరి. శైవ వైష్ణవ మతాల తారతమ్యం లోకానికి వ్యక్తం కాగలందులకు, శివాచార్ల గుండంకంటే మరి బారెడు అస్తి లావుచేసి యీ చెట్టుకిందే యీ క్షణమందు బ్రహ్మాండమైన గుండం తయారు చేస్తాను. ఇందుకు అభ్యంతరం చెప్పేవాణ్ణి వైష్ణవుడని భావించను."

చీకట్లో యెవరికీ కానరాలేదు గాని మనవాళ్ళయ్య నోరు వెళ్ళబెట్టాడు. నలుగురూ "బాగుంది! బాగుంది!" అనేసరికి అతని ప్రాణాలు యెగిరిపోయినాయి. ఒక్క నిమిషం ఆలోచించి అన్నాడు. "అన్నలారా! తమ్ముల్లారా! పరమ భాగవతోత్తముల్లారా! రామానుజయ్యా నన్ను ఆక్షపణ చేస్తున్నాడు. నేను పడవలసిందే! యీ శరభయ్యే వచ్చి తాను వృషభా వతారమని నిక్కినీలుగుతున్నాడు గదా, మనం దెబ్బకి దెబ్బతీద్దాం, అని కేవల వైష్ణవాభిమానం చేత, నేను గరుడ వేషం వేశానే గాని, ఇంత భారమైన శరీరంతో నేను గరుడాళ్వారిని యెన్నడూ కానేరనే? ఆ మాట నాకు తెలియదా? ప్రాజ్ఞులైన మీకు తెలియదా? రామానుజయ్యా

అయితే, చులాగ్గా డేగలా వున్నాడు గనుక, అవస్యం అతగాడే గరుడాళ్వారి అవతారం. అతణ్ణే గుండం తొక్కమనండి. నేనుగానీ నిప్పుల్లో కాలుబెట్టానంటే గజం లోతు క్కూరుకుపోయి చస్తాను. రామానుజయ్య తేలిగ్గా వున్నాడు. అంటీ అంటనట్టు చప చప అడుగేసుకుపోతాడు. అన్నల్లారా! న్యాయం ఆలోచించండీ" అనేటప్పటికి రామానుజయ్య సన్న సన్నగా జారాడు.

రామినాయడు జల్దుకొని అన్నడు: "రావఁన్నోవిఁకి మయిమం వుందా లేదా? వుందా యీ యేషాలు మాని తిన్నగా గుండం దొక్కు." ఆ మాట విని మనవాళ్ళయ్య మొహం జుమాల్మంది. రామానుజయ్యలాగ మందలో జొచ్చి మాయ వౌఁదాఁవంటే, చీమా దోమా కాదు పది యిరవై మణుగుల పట్టు. "హే దైవమా, నేను ఒక్క అరగడియ గరుడాళ్వారినే అయితే, యెక్కడనైనా ఎగిరి ప్రాణం దాచుకుందును కదా" అని అనుకున్నాడు.

"ఏం పల్లకుంటావేం?" రామినాయడు పొడవడం ఆరంభించాడు. "అల్లాండం బెల్లాండం అని తెల్లారకుండగ వొచ్చి తెగ అరుస్తావు గదా, ఆ ముక్కలన్నీ మావంటోళ్ళని బెదిరించి కూరా నారా లాగడానికేనా ఆటిమయిమం యే కాసింతైనా కద్దా?"

మనవాళ్ళయ్య నిట్టూర్పు విడిచి, రామానుజులను స్మరించి యిల్లా అన్నాడు. "రామినాయడన్నా, నివ్వూ నేనూ చిరకాలంనాటి నేస్తులం, నువ్వు గవునరుమెంటు వారి తరఫున మనసబీ అధికారం చాలా కాలవాఁయి చలాయిస్తున్నావు. యుక్తాయుక్తం యెరిగిన మనిషివి. అవునుగాని, వైష్ణవ మతం యొక్క ఆధిక్యత అగుపర్చాలంటే, ఆ శరభయ్య చేసే తక్కువ పనా, నన్ను చేయమంటావు? 'పృధివ్యాపస్తేజో వాయురాకాశాత్' అన్నాడు. విష్ణుభక్తుడైన వాడికి కర్తవ్యం ఉత్తమోత్తమం పృధివీ అనగా భూమిమీద నడవడవేఁ. పంచభూతములలో మరి వక భూతంమీద వైష్ణవుడన్నవాడు అడుగేసి నడవనేకూడదు. అంతకు ఒక వీసం తక్కువ ఆపః అన్నాడు. అనగా నీట్లో ఉరకడం ఒకపాటి కర్తవ్యం కావచ్చు. అధమాధమం అగ్గి తొక్కడం గనక మీరు యావన్మందిన్ని యిప్పుడే నా వెంట రండి. ఈ నిశీధి సమయంలో శ్రీ మహావిష్ణు నామస్మరణ చేసి అమాంతంగా సీతాగుండంలో వురుకుతాను. అప్పట్లో నా మహిమ మీకు తెలియగల్దు."

రామినాయడు దగ్గిరికి వచ్చి, మనవాళ్ళయ్య చెయిబట్టుకుని గట్టిగా నొక్కుతూ అన్నాడు. "ఇన్నావా వైష్ణపోడా, మా ఇయ్యంకుడు సారథి నాయడు జంగపాళ్ళలో కలిసిపోతే దోదసి పులియోరి శక్కర పొంగళం పోతాయి. ఆ మాట నీకూ యెరిక, నాకూ యెరిక. నువ్వు సీతమ్మగుండంలో ఆనపకాయ తుంబలాగ తేలి, యీతలాడితే, నీ మయిమం ఆడొప్పుతాడా! యెట్టికుట్టె కబుర్లు మానేసి, మావాడు రెండు కళ్ళతో సూస్తుండగా అల్లాండం బెల్లాండం అంటూ అగ్గిదొక్కు!!"

"సరే నేస్తం. నీ అభిప్రాయం ఆ ప్రకారం వున్నట్లయితే అలాగే కానియండి. శ్రీ మహావిష్ణు యొక్క మహిమ నిలబెట్టడానికి అగ్గి తొక్కుతానా, తొక్కి చూస్తానా. యిప్పుడు చాలా రాత్రైంది. యిళ్ళకుపోయి పరుందాం. రేపు యీవేళ్ళప్పుడు యీ స్థలంలోనే బ్రహ్మాండమైన గుండం చేసి, దంద్యహ్యమానమైన ఆ గుండం తొక్కి, వైష్ణవ మతప్రభావం కనపరుస్తాను. అప్పట్లో ఆ గరుడాళ్వారే నన్ను ఆవహించి, అంత గుండమునూ చెంగున ఒక్క దాటున దాటిస్తారు."

"ఆ పప్పు వుడకదు. యీ రాత్రి మావాడు జంగపాళ్ళలో కలిసిపోతే, రేపు నువ్వు దాటేం, దాటకేం, ఆ దాటే దాటేదో, యీయాళ ఆళ్ళ గుండంలోనే దాటు. లెండోస్సి యీ వైష్ణపోణ్ణి మోసుగెళ్ళి గుండం తొక్కిద్దాం" అని రామినాయుడు అనేసరికి నలుగురు నాయలు మనవాళ్ళయ్య రెక్కలు పట్టుకు రచ్చరాతి మీద నుంచి కిందికి దించారు. మీరి వచ్చిందని మనవాళ్ళయ్య ఒక యెత్తు పన్నాడు. "ఆగండి ఆగండి, గుండం తొక్కవలసి వచ్చినప్పుడు, అందుక్కావలసిన పరికరం అంతా కూర్చుకోవడవాఁ, లేకుంటే కట్టుగుడ్డలతో గుండంలో పడేసి, వొళ్ళు తెగ్గాలుస్తారా? ఆ శివాచార్లు వీరభద్ర... విగ్రహం చేతబట్టి, మంత్రాలు పఠిస్తూ, శంఖధ్వనికి వీరావేశం పుట్టి గుండం తొక్కుతారు. అలాగే శ్రీ రామస్వాం వారి తాలూకు ఉత్సవ విగ్రహం వొకటి నా నెత్తిన కొడితేగాని యెలా చస్తాను? గరుడాళ్వారు అయినా యెప్పుడూ పెరుమాళ్వారిని వీపున మోసుకునే బయల్దేరుతారుగాని ఒట్టినే రెక్క కదపరు. మీరెరగరా" అనేటప్పటికి, సారథి నాయుడు "ఆ మాట నిజవఁర్రా యిగ్గరవిఁస్తాడు, అయ్యవోర్ని తెలుపుకు రండోస్సి" అన్నాడు. నలుగురు నాయలు పక్కనున్న అయ్యవార్లం గారి యింటికి వెళ్ళి, పైమీద గుడ్డ అయిన లేకుండా ఆయనను మోసుకువచ్చి రావిచెట్టు కింద రచ్చ రాతిమీద కూచోబెట్టారు. ఈ గడబిడ కనిపెట్టి కృష్ణమాచార్లు అటకెక్కి దాక్కున్నాడు.

## 3

అతి వినయమును నటిస్తూ మనవాళ్ళయ్య రంగాచార్యులు గారికి ప్రస్తుతాంశము విన్నవించి, ఉత్సవ విగ్రహమును యిమ్మని వేడాడు. రంగాచార్యులు గారు అన్నారు: "ఓరి మూర్ఖుల్లారా! మీకు మతులు శుభ్రంగా పోయినాయిరా? యీ గుండం తొక్కడమనేది– గర్హ్యమైన తామస వ్యాపారము; వైష్ణవ మత నిషిద్ధము. మన గ్రంథాల్లో యెక్కడా యీ ప్రక్రియ లేదు. గుండం తొక్కడానికి ఒక విధీ, మంత్రం యేడిస్తేనా?"

"శక్కరంతోటి వొళ్ళల్లా తెగ్గాల్చడానికి మంతరం కద్దా! అట్టే మాటలు శెలవియ్యక, ఆ యిగ్గరవేఁదో సాతానోడి కియ్యండి" రామినాయుడు అడిగాడు.

"ఛీ పొండి! మూర్ఖుల్లారా! నేను యిచ్చేది లేదు. ఉత్సవ విగ్రహములు శూద్రులు ముట్టుకోవలసినవి కావు. ముట్టుగుంటే కళ్ళు పేలిపోతాయి" అని రంగాచార్యులుగారు అనేసరికి, మనవాళ్ళయ్య "బతికానురా దేవుడా!" అనుకొని, సారథి నాయుడితో "చూశావా నేస్తం! ఆ మాట నిజమే! నేను ఉత్సవ విగ్రహములు ముట్టుకోకూడదు. అందుచేత, యిప్పుడు కర్తవ్యం యేమిటంటే, ఆ విగ్రహం పట్టుకొని అయ్యవార్లంగారే గుండం దొక్కవలసి వుంటుంది. ఆ అధికృత అనేది వారికే వుండవలసినది."

మునసబు "ముసలాయన యిగ్గరా లట్టుకుని గుండం తొక్కేదేటి? సిన్నిసోవిఁని లెగదీసుకేళదాం రండి," అన్నాడు.

"వాడి జోలికి వెళ్ళకండి. మా బాగే, ఉత్సవ విగ్రహాలు పట్టుకుని, నేనే గుండం తొక్కుతాను. మా వాడు పట్నం వెళ్ళాడు. వూళ్ళో లేదు" అని రంగాచార్యులుగారు అన్నారు.

"అయితే లెండోయి!" అని మనవాళ్ళయ్య బొబ్బ వేశాడు. అంతట ఆ రావిచెట్టు మాను చాటున గుప్పని ఒక వెలుతురు పుట్టింది. అందరూ భీతిల్లారు. నిషాలు దిగజార జొచ్చాయి. వెంటనే మాను వెనకనుంచి ఒకచేత కరదీపము, రెండవచేత సూరకత్తి కట్టుకుని, వుంగరాల జుత్తు గాలికి తూగులాడుతుండగా, నిబ్బరంగా అడుగు వేసుకుంటూ వచ్చి నాంచారమ్మ, మామగారి పక్కన నిలచి, ఆయనరెక్కలు పట్టుకుని వున్న నాయల వంక బాకు మొన జూపి "దుష్టుల్లారా! యీ పరమ పవిత్రమైన బ్రాహ్మణ్ణి వొదుల్తారా. బాకుకు బలి యిచ్చేదా?" అని అడిగినది.

హటాత్తుగా వచ్చిన యీ వీర రూపము చూచి, అందరి ధైర్యాలూ అడుగంటాయి. అయ్యవార్లంగారిని పట్టి నిలిచిన నాయలు బెదిరి దూరం సాగారు. అంతట ఆమె చేతి దీపం రచ్చ రాతిమీద వుంచి, "నీకేం కావాల"ని మనవాళ్ళయ్యను అడిగింది. మనవాళ్ళయ్య రెండడుగులు వెనక్కివేసి, తనకేమి అక్కరలేదన్నాడు.

"నీకు ఉత్సవ మూర్తులు కావలెనంటివే?"

"నాకెందుకు తల్లీ. అపవిత్రుడను! వాటి యెత్తు బంగారం కరిగి యిస్తే నాకు అక్కర్లేదు. రామినాయడు యేమో కొంచం–"

ఆమె అటుంచి యిటు తిరిగి, రామినాయడిని నిస్సారంగా చూస్తూ – "నీకేం గావాలి, మునసబు నాయడా" అని అడిగింది.

మొహం వొంచి, రామినాయడు తనకేమి అక్కర్లేదని పైకి చెప్పి, "ఆడదాయితో యవడు మాటాడగల్డు?" అని గొణుగుకున్నాడు. రామినాయడి పెళ్ళాం గయ్యాలి.

నాంచారమ్మ – "ఎవరికీ ఏమీ అక్కరలేకుంటే యీ ముసలి బ్రాహ్మణ్ణి వొంటిమీద బట్టయినా లేకుండా నిద్దర మంచం మీంచి ఎందుకు యీడుచుకు వస్తిరి? ఎవరూ మాటా(డేవిః!"

రామినాయడు కొంచెం ధైర్యం తెచ్చుకొని "ఆడదాయితో మాటలకంటే సాల్లేంగాని, యీ రాత్రికాడ ఆ జంగపోళ్ళు శివుండు పేరుజెప్పి గుండం దొక్కుతారు గదా, మన రామస్సోంవోరి పేరుజెప్పి మనం కూడా గుండం దొక్కకుంటే, మన పెండెం యిరిగిపోదా?

నాంచా: "నువ్వేల తొక్కరాదూ?"

మున: "నాకు మంతరం, మాయా యెరికనేదే! అందుకనే సాతానోణ్ణి తొక్కమన్నాను"

నాంచా: (మనవాళ్ళయ్యతో) "నువ్వెందుకు తొక్కకూడదూ?"

మనవాళ్ళయ్య: "అమ్మా. ఈవేళ ఏదో నా ప్రారబ్ధం చాలక యీ మీటింగు తలపెట్టాను. బుద్ధి గడ్డి తిన్నది. ఇదుగో లెంపలు పడ పడ వాయించుకుంటున్నాను. తల్లీ నన్ను యీకాడికి వొదిలివేస్తే శ్రీరంగం వెళ్ళిపోతాను. ఈ నాలుగు వూళ్ళ పొలిమేరనూ, నేనంటూ తిరిగి కనపడితే, నా నెత్తిమీద పెద్ద పిడుగు పడిపోవాలి."

నాంచా: "నీకు కొండంత గుండె వుంది! (రామినాయడుతో) మునసబు నాయడా. నీ వియ్యంకుడు సారథి నాయడు విరిగిపోతే ద్వాదశి ద్వాదశికీ "శక్కర పొంగళం," "పులియోరీ" లేకపోతాయని గదా దుఃఖం?"

మునసబు: (తల గోక్కుంటూ) "నా కొక్కడికే అన్న మాటేమిటమ్మా, ఆ రామస్వాం వోరికి మాత్రం పులియోరం కరువైపోదా?"

మనవా: "అమ్మా, శక్కర పొంగలి, దద్యోదనమూ అనేవి ముఖ్యములు కావు. వైష్ణవ మతోత్కర్ష మహిమ కనపర్చి, ఉద్ధరించాలి అదీ కర్తవ్యం."

నాంచా: "ఆ వుద్ధరించడం ఏదో నువ్వేల చెయ్యరాదు? నీకు ఉత్సవ విగ్రహమంటూ యేలా! ఆకాశమంత రాగిధ్వజం మోసుకు తిరుగుతావు గదా. దానిలో అర కాసంతయినా మహత్తు లేదా?"

మనవాళ్ళయ్య: "మళ్ళీ మొదటికొచ్చింద"ని సణుక్కుంటూ, కష్టం మీద మందలో దూరి అంతర్ధానం అయిపోయినాడు.

నాంచా: "రాముడే కాదు, ఏ దేవుడిమీదనయినా నిజమైన నమ్మకమన్నది ఏడిస్తే ఒక్క గుండమేంకాదు, అన్ని కష్టాలూ తరించవచ్చును. నేను మా మామగారి పేరు స్మరిస్తూ గుండం తొక్కుతాను. నా వెంట రాగలిగిన వైష్ణవు లెవరైనా వుంటే ఎదటికి రండి."

యెవడూ పలుకలేదు.

నాంచారమ్మ: నిరసన నవ్వు నవ్వి "ముసలాయనను అగ్గిలో తోసి పైనుంచి చూడడానికి మీరంతా వీరులా?"

యెవరూ ఉలకలేదు పలకలేదు.

నాంచారమ్మ అందరినీ కలయజూసి "పీరు సాయీబు యిక్కడ లేడా?" అని అడిగింది. పీరు సాయీబు వెంటనే ఎదటికి వచ్చి "అమ్మా, యిదిగో దాసుడ"ని చెయి జోడించి నిలుచున్నాడు. పీరు సాయీబు దూదేకుల సాయీబు అయినప్పటికీ, రామభక్తుడు. కీర్తనలు చెప్తుతాడు. హటయోగం అభ్యసిస్తాడు. రోడ్డుపక్క ఏటివొడ్డు తోటలో మఠం యితనిదే. ఇతనికి శిష్య బలగం లావు.

"సాయీబు! నువ్వు గుండం తొక్కగలవా?" అని నాంచారమ్మ అడిగారు.

"మీ శలవైతే అవలీలగా తొక్కుతాను తల్లీ!" అని అన్నాడు.

నాంచారమ్మ: "ఏడీ మనవాళ్ళయ్య? గరుడుడి అవతారం అంతర్ధానమై పోయింది. రామినాయడా, పరమ భాగవతోత్తములై యుండిన్ని, మీరు యెవరూ గుండం తొక్కజాలినారు కాదుగదా? అట్టి స్థితిలో యీ పచ్చి తురకకీ గుండం తొక్కడానికి భగవంతుడు సాహస ధైర్యాలు యిచ్చాడు గనుక మీ వైష్ణవ మతం గొప్పా అతగాడి తురక మతం గొప్పా? రామినాయడా, మీ దేవులాటంతా యీ రాత్రి వైష్ణువులు శైవులికి పరాభవం చెయ్యాలని గదా? అందుకు ఉపాయం చెబుతాను వినండి. మతాలు సాత్వికాలూ, తామసాలూ అని రెండు విధాలు. యీ రెండు విధాల మనుష్యులూ శైవుల్లోనూ, వైష్ణవుల్లోనూ కూడా వున్నారు. గుండాలు దొక్కడం మొదలైన తామస కృత్యాలు చేసే వాళ్ళని శైవుల్లో శివాచార్లు అంటారు. మన వైష్ణవుల్లో అట్టి కృత్యాలుచేసే తెగ కూడా వున్నారు. ఎవరో మీకు తెలుసునా?

మనవాళ్ళయ్య గుంపులో మరి వక పక్కనుంచి తన బుఱ్ఱ పైకి పెట్టి "ఎవళ్ళమ్మా వాళ్ళు" అని అత్యాతురతతో అడిగాడు.

మునసబునాయుడు "మరెవళ్ళు? సాతానోళ్లు" అనేటప్పటికి, మనవాళ్ళయ్య బుఱ్ఱ మళ్ళీ మందలో మాయమైపోయింది.

నాంచారమ్మ: "ఆ వైష్ణవులు ఎవరా? మరెవరు తురకలు? పీరు అనేది ఏమిటను కున్నారు. శ్రీ స్వామివారి తిరునామమే. పట్టణంలో మా యింటి పక్కనే ఒక సాతాని పీర్లని నిలిపి గుండం తొక్కేవాడు. పట్టణంలో ఎంతో మంది హిందువులే పీర్ల పంజాలు వుంచి గుండాలు తొక్కుతారు. గనక శ్రీరామస్వామి వారి నామం తెచ్చి పీరు కట్టి యిస్తాను. ఆ పీరు పట్టుకు పీరు సాయిబు గుండం తొక్కుతాడు. పీరు సాయిబు యోగ్యత మీ రెరిగినదే. అతగాడు కబీరు దాసంత భక్తుడు. గనక భయాలు విడిచి అతని వెంట వెళ్ళి జయించుకు రండి. వేళకి భక్తి నిలుస్తుందో నిలవదో చేతి కఱ్ఱలు మాత్రం మరవకండి?"

ఆమె విరమించేసరికి పెళపెళమని ఆ మూకలోనుండి మనవాళ్ళయ్య శ్లోక పఠనం ఉపక్రమించి యిటూ అటూ మనుషులను తోసుకుంటూ ఎదటికి వచ్చి సాష్టాంగంచేసి "అమ్మా, మీరు సాక్షాత్తు శ్రీమహాలక్ష్మి అవతారం. వైష్ణవ మతం నిలబెట్టారు. మతమే అన్నమాట ఏమిటి? మా ప్రాణాలుకూడా నిలబెట్టారు. ఇహ నా విజృంభణం చూడండి" అన్నాడు. మనవాళ్ళయ్య పెద్ద హికమద్దారుడు. ఆ రాత్రి వైష్ణవతంత్రం తరవాయి కథ అంతా అతనే నడిపించాడు.

అంతా చల్లారగానే అటక మీద నుంచి కృష్ణమాచార్యులు దిగాడు. కష్టసాధ్యమును సాధించిన సంతోషముతో, నాంచారమ్మ కరదీపం తిరిగి చేతపూని, యింటికి సవిలాసముగా నడిచి పోవుచుండగా పెనిమిటి ఎదురైనప్పుడు ఆమె ప్రేమ పరిహాసములు పెనగొను దృష్టితో చూసెను. ఆ దృష్టి తనకు దేవత్వమిచ్చి తన్ను అవతార పురుషుణ్ణి చేసిందని కృష్ణమాచారి మర్నాడు నాతో చెప్పి, ఆ అర్థంతో శ్లోకం రచించాడు. తమ రహస్య శృంగార చేష్టలు మిత్రులతో చెప్పితేనే గాని కొందరికి తనివి తీరదు.

ఆ రాత్రి శివాచార్లు గుండం తొక్కడం చూడ్డానికి నేను వెళ్ళి వుంటిని. తెల్లవారగట్ల నాలుగు గంటలవేళ చిరి చీకటిలో గుండంలో నిప్పులు కణ కణ లాడుచుండెను. ప్రాతః కాలపు శీతగాలి సాగింది. ఒక్క పెట్టున గర్భ, నిర్భేధ మయ్యేటట్టు శంఖాది వాద్యములు రేగాయి. ఇంగిలీషు చదువుతున్న నాస్తికాగ్రేసరులకు కూడా ఆ కాలమందు బితుకు కలిగిందని వారే చెప్పుకున్నారు.

పందిటిలో నుంచి వీరగంధాలు పూసుకున్న నలుగురు శివాచార్లు గుండం దగ్గరకు వచ్చి నిలుచున్నారు. ఒకడు నెత్తిమీద భీకరమైన రాగి ప్రతిమ పెట్టుకున్నాడు. ఎదురుగా నిలిచి మరి వకడు కత్తి ఝళిపించుచూ వీర వాక్యాలు కొలిపాడు. ఒకడు గుండంలో నెయ్యిపోసి గుమ్మడికాయ తుండలు గుండంలోకి విసిరాడు. వెంటనే శివాచార్లు గుండం జొచ్చి నడుచుకుపోయినారు. అవతల వొడ్డు చేరి తిరిగి తొక్కుటకు వారు యిటు అభిముఖులై

యుండగా, "అల్లా–రామ్" అని కెవ్వుమని ప్రళయమైన కేక ఒకటి వేసి, తక్షణం శివాచార్లు గుండం దిగిన వేపునుంచి, మూకను చీల్చుకొని ఒక మనుష్య ప్రవాహము గుండము దాటుకుని పోయింది. వారిలో అందరున్నూ ముఖముల మీద ముసుగులు వేసుకున్నారు. ఆ మనుష్య ప్రవాహమునకు అగ్రమందు వెండి పీరు ఒకటి రెండు చేతులా పట్టి ఒక వీరుడు భీమునివలె నడుచుకుపోయినాడు. ఇది అంతా అర నిమిషం పట్టలేదు.

మూక, చకాపికలై చెదిరిపోయినది. కొందరు సాతాన్లకీ, శివాచార్లకీ కూడా యెత్కించిత్ కాళ్ళు కాలాయి. అది భక్తిలోపం కింద కట్టారు. తరవాత శరభయ్యకీ, మనవాళ్ళయ్యకీ రాజీనామా అయినదని అనుకుంటారు. పైకి మట్టుకు దెబ్బలాడుతున్నట్టే వుంటారు.

అదుగో, మా యింటికి యెదురుగా ఆ రచ్చసావిట్లో నిలిపిన పీరు ఆ పీరే. నాటినుంచీ, ప్రతి సంవత్సరం ఆ పీరు పండుగ చేస్తారు. ఊరు ఆబాలగోపాలం శైవ వైష్ణవ భేదం లేకుండా పీరు దేవరకు మొక్కులు చెల్లిస్తారు. త్రిశూలాకారం గనక ఆ పీరు శివపీరే అని శరభయ్య అంటాడు. ఆ వ్యవస్థదో వెంకయ్యా పంతులుగారే చెయ్య సమర్థులు.

"శివుడూ విష్ణూ పీర్లే అయినప్పుడు బుద్ధుడు శివుడు కారాదా?" అని శాయన్న భుక్త కథ పరిసమాప్తి చేశాడు.

మా గురువుగారు యీ చరిత్రకు చాలా ఆశ్చర్యపడి అన్నారు. "ఔరా! కలికాలంలో మనుష్యులే కాదు. దేవుళ్ళు గూడా సంకరం అవుతున్నారు."

"అయినా తప్పేమి? శివుడన్నా, విష్ణన్నా, పీరన్నా, బుద్ధుడన్నా, ఆ పరమాత్మ మట్టుకు ఒక్కడేగదా!" వెంకయ్య వూరుకుంటాడా, "అందరు దేవుళ్ళూ వక్కరే అయితే, ఆ పీనుగుల్ని అందరినీ ఒక్కచోటే నిలిపి అందరూ కలిసి పూజ తగలెట్టరాదా?" అన్నాడు.

అంత, గురువుగారు "ఓరి దేవుళ్ళని పీనుగులంటావురా? నువ్వు వొట్టి కిరస్తానువి–యింకా కిరస్తానుకైనా దేవుడంటూ వున్నాడు, నువ్వు కిరాతుడివి. పీరో, బిత్రో, దెయ్యమో, దేవరో, యీ అజ్ఞులకు మూఢభక్తి అయినా వుంది. నువ్వు అందరు దేవుళ్ళకీ ఒక పెద్ద నామం బెట్టావు."

"ఒక్క మీకు తప్ప శాస్త్రులుగారూ," అన్నాడు.

"నీ జన్మానికల్లా విలవైన మాట అంటివిరా" అని నే నన్నాను.

**- 'ఆంధ్ర భారతి', 1910 ఏప్రిల్, మే, జూన్ సంచికలు.**

# దిద్దుబాటు[1]

"తలుపు! తలుపు!"

తలుపు తెరవఁబడలేదు. ఒక నిమిష మతఁడూరుకొనెను.

గదిలోని గడియారము టింగుమని ఒంటిగంట కొట్టినది.

"ఎంత ఆలస్యము చేస్తిని! బుద్ధి గడ్డి తిన్నది. రేపటినుంచి జాగ్రత్తగా వుంటాను. యాంటినాచెల్లా పోయి సానిదాని పాట సరదాలో మనసు లగ్నమైపోయినది. ఒక్క పాట సరదాతో కురదలేదు, మనిషిమీద కూడా సరదా పరిగెత్తుతూంది. లేకుంటే, పోకిరి మనిషివలె పాట ముగిసిన దాకా కూర్చోవడమేమిటి? ఏదో వక అవకాశము కలుగఁజేసికొని దానితో నాలుగు మాటలు ఆడడపు ఆసక్తి ఏమి? ఇదిగో లెంపలు వాయించుకుంటున్నాను. రేపటినుంచి మరి పాటకు వెళ్ళను. నిశ్చయం. నిశ్చయం... గట్టిగా పిలిచితే కమలిని లేవగలదు. మెల్లిగా తలుపు తట్టి రాముడిని లేపగల్గితినా చడిలేకుండా పక్క జేరి పెద్దమనిషి వేషము వెయ్యవచ్చును."

గోపాలరావు తలుపు చేత నంటగానే రెక్క విడబారెను. 'అరే యిదేమి!' అనుకొని, రెక్క మెల్లన తెరవ, నడవలో దీపము లేదు. అంగణము దాటి తన పడక గది తలుపు తీయ, నందును దీపము లేకుండెను. చడిలేక అడుగు వేయుచు మంచము దరికి పోయి కమిలిని నిద్రించుచుండెనా, మేల్కొని యుండెనా యని కనుగొన యత్నించెను గాని, యేర్పరింప లేదయ్యె. అంత జేబు నుండి అగ్గిపెట్టె తీసి పుల్ల వెలిగించెను. మంచముపైని కమలిని కానరాలేదు. నిశ్చేష్టుఁడై చేతినుండి అగ్గిపుల్ల నేలరాల్చెను. గదినీ, అతని మనస్సును కూడ చీకటి క్రమ్మెను. వెఱ్ఱి శంకలును అంతకు వెఱ్ఱి సమాధానములును మనసున పుట్టుచు గిట్టుచు వ్యాకులత కలుగజేసెను. బుద్ధి తక్కువకు తనయందో, కానరామికి కమలిని యందో యేర్పరింపరాని కోపావేశమును, చీకాకును గలిగెను. నట్టి వాకిటికి వచ్చి నిలువ చుక్కల కాంతిని దాసిగాని దాసుఁడుగాని కనపడలేదు. వారికి తగిన శిక్ష వురియేనని గోపాలరావు నిశ్చయించెను.

తిరిగి గది లోనికి పోయి దీపము వెలిగించి గది నలుదెసల పరికించెను. కమలిని కానరాలేదు. వీధి గుమ్మము జేరి తలుపు తెరచి చూడ చుట్ట కాల్చుచు తలయెత్తి చుక్కల పరీక్షించుచున్న రాముఁడు వీధి నడుమ కానవచ్చెను. పట్టరాని కోపముతో వానినిఁజూచి గోపాలరావు "రామా! రా!" యని పిలిచెను. రాముఁడు గతుక్కుమని చుట్ట పారవైచి 'బాబు' అని డగ్గరెను.

"మీ అమ్మేదిరా?"

"మా యమ్మా? యింటున్నది బాబూ."

"మీ అమ్మ కాదురా! బుద్ధిహీనుడా! నా భార్య."

"అమ్మగారా? ఎక్కడుంటారు బాబూ? పడుకున్నారు?"

"యింట్లోనే లేదు."

రాముడి గుండెలో దిగులు ప్రవేశించెను. గుమ్మములో అడుగుపెట్టఁగానే రాముని వీపుపై వీశ గుద్దులు రెండు పడెను. 'చంపేస్తిరి బాబూ' అని రాముడు నేల కూలఁబడెను.

గోపాలుఁడు సదయ హృదయుఁడు. అక్రమ మాచరించితినను జ్ఞానము వెంటనే పొడమి ఆగ్రహావేశము దిగజారి పశ్చాత్తాపము కలిగెను. రామునిచేత లేవనెత్తి, వీపు నిమిరి పశువు వలె నాచరించితినని యనుకొనుచు గదిలోనికి తీసుకొని పోయెను.

కుర్చీపయి కూర్చుని "రామా, ఏమాయెరా?" యని దైన్యముతో ననెను.

"యేటో మాయలా వుంది బాబూ."

"పుట్టింటికి వెళ్ళియుండునా?"

"అంతవారు కారనా? బాబూ, కోపగించితే చెప్పలేను గాని ఆడారు చదువు నేరిస్తే ఏటౌతది?"

"విద్య విలువ నీకేం తెలుసురా, రామా!" అని గోపాలరావు మోచేతులు బల్లపయినాని వాని నడుమ తలయుంచి యోచించుచుండ కమలిని చేవ్రాత నొక యుత్తరము కానవచ్చెను. దానిని చదువసాగెను.

"అయ్యా!"

" 'ప్రియ' పోయి 'అయ్యా' కాడికి వచ్చెనా?"

"పెయ్య పోయిందా బాబూ!"

"మూర్ఖుఁడా! వూరుకో!"

"అయ్యా! పది దినములాయె. రాత్రులు నింటికి మీ రాకయే నే నెరుగను. మీటింగులకుఁ బోవుచుంటిమంటిరి. లోకోపకారములగు నుద్యమముల నిదుర మాని చేయుచుంటిమంటిరి. మా చెలుల వలన నిజము నేర్చితిని. నేనింట నుండుటను గదా మీరు కల్లలు పలుకవలసి వచ్చె. నేను పుట్టింటనున్న మీ స్వేచ్ఛకు నిర్బంధమును, అసత్యమునకు అవకాశము కలుగకుండును. మీచే దినదినమును అసత్యమాడించుట కన్న మీ త్రోవకు అడ్డుగ నుండకుండుటయే, పతి మేలు కోరిన సతికి కర్తవ్యము కాదా? నే నీ రేయి కన్నవారింటికి జనినయెడ సంతసింపుడు. వెచ్చముగాక ఏపాటి మిగిలియున్నను దయ నుంచుడు."

ఉత్తరము ముగించి "నేను పశువును" అని గోపాలరావు అనెను.

"అదేమిటి బాబూ అలా శలవిస్తారు?"

"శుద్ధ పశువును!"

రాముఁడు అతి ప్రయత్నముచే నవ్వు ఆపుకొనెను.

"గుణవతి, విద్యానిధి, వినయ సంపన్నురాలు నా చెడుబుద్ధికి తగిన శాస్తి చేసినది."

"ఏటి చేసినారు బాబూ?"

"పుట్టింటికి వెళ్ళిపోయినది – గాని నీకు తెలియకుండా ఎలా వెళ్ళిందిరా?"

రాముఁడు రెండడుగులు వెనుకకు నడిచి "నాను తొంగున్నాను కావాల బాబూ - అలకచేస్తే చెప్పచాల్నుగాని బాబూ ఆడదయి చెప్పకుండా పుట్టినారింటికి ఎల్తానంటే చెంపలాయించి కూకోబెట్టాలిగాని మొగోరిలాగా రాతలూ కోతలూ మప్పితే ఉడ్డోరం పుట్టదా బాబూ?"

"ఓరి మూర్ఖుడా! భగవంతుడి సృష్టిలోకెల్లా ఉత్కృష్టమైన వస్తువ విద్య నేర్చిన స్త్రీ రత్నమే. శివుఁడు పార్వతికి సగము దేహము పంచి యిచ్చాడు. ఇంగ్లీషువాఁడు భార్యను బెటర్‌హాఫ్ అన్నాడు. అనగా పెళ్ళాము మొగునికన్న దొడ్డది అన్న మాట. బోధపడ్డదా?"

"నాకేం బోద కాదు బాబూ!" రామునికి నవ్వు ఆచుకొనుట అసాధ్యమగుచుండెను.

"నీ కూతురు బడికి వెళ్ళుతున్నది గదా! విద్య విలువ నీకే బోధపడుతుంది. ఆ మాట అలా వుండనియ్యి. కాని, నువ్వో నేనో వెంటనే బయలుదేరి చంద్రవరం వెళ్ళాలి. నేను నాలుగు రోజులదాకా వూరినుంచి కదలడముకు వీలుపడదు. నువ్వు తాతలనాటి నౌఖరువి. వెళ్ళి కమలిని తీసుకురా. కమలినితో ఏమి జెప్పవలెనో తెలిసిందా?"

"యేటా? బాబూ! బాబు, నా యీపు పగలేసినారు, రండమ్మా అంతాను?"

"దెబ్బల మాట మరిచిపో. కొట్టినందుకు రెండు రూపాయలిస్తాను. తీసుకో. మరి యెన్నడూ ఆ వూసెత్తకు. కమలినితో గాని తప్పిజారి అనఁబోయేవు సుమా."

"అనను బాబూ!"

"నువ్వు చెప్పవలసిన మాటలు చెబుతాను. బాగా విను. 'పంతులికి బుద్ధి వచ్చింది. ఇక ఎన్నడూ సానుల పాట వినరు. రాత్రులు యిల్లు కదలరు, ఇది ఖరారు. తెలిసిందా? మిమ్ములను గెడ్డము పట్టుకుని బతిమాలుకున్నానని చెప్పమన్నారు. దయదలచి ఆయన లోపముల బయలు పెట్టక రెండు మూడు రోజులలో వెళ్ళిపోయి రమ్మన్నారు. మీరులేని రోజో యుగముగా గడుపుతున్నారు' అని నిపుణతగా చెప్పు తెలిసిందా?"

"తెలిసింది బాబూ!"

"ఏమని చెబుతావో నాతో వొక మాటు చెప్పు."

రాముఁడు తల గోకుకొనుచు "యేటా - యేటా - అదంతా నాకేం తెలదు బాబూ- నానంతాను అమ్మా! నా మాటినుకొండి - కాలం గడిపినోణ్ణి-ఆడోరు యెజిమాని చెప్పినట్లల్లా యిని వల్లకుండాలి. లేకుంటే మా పెద్ద పంతులార్లాగ అయ్యగారు కూడా సానమ్మ నుంచుగుంతారు. మీ శెవులో మాట. పట్టంలోకి బంగార బొమ్మలాంటి సానమ్మ వొచ్చింది. మరి పంతులు మనసు మనసులో లేదు. ఆ పైన మీ సిత్తం! అంతాను."

"ఓరి వెధవా!" అని గోపాలరావు కోపముతో కూర్చీనుండి లేచి నిలిచెను.

ఊసవలె రాముడు వెలికెగెసెను.

అంతట మంచము క్రింద నుండి అమృత నిష్యందిని యగు కలకల నగవును కరకంకణముల హృద్యారావమును విననయ్యెను.

- 'ఆంధ్ర భారతి' 1910, ఫిబ్రవరి.

# దిద్దుబాటు*

"తలుపు! తలుపు!

తలుపు తెరవలేదు.

గదిలోని గడియారం టింగుమని వొంటి గంట కొట్టింది.

"ఎంత ఆలస్యము చేస్తిని! బుద్ధి గడ్డి తిన్నది. రేపట్నుంచి జాగ్రత్తగా వుంటాను. యాంటినాచల్లా పోయి సానిదాని పాట సరదాలో మనసు లగ్నమైఁ పోయినది. ఒక్క పాట సరదాతోటి కుదరలేదు. పాడే మనిషి మీదక్కూడా మనసు పరిగెత్తుతూంది. లేకుంటే, పోకిరి మనిషివలె పాట ముగిసిన దాకా కూర్చోవడవేఁమిటి? ఏదో వక అవకాశము కలుగఁజేసికొని దానితో నాలుగు మాటలు ఆడడపు ఆసక్తి ఏమిటి? యిదిగో, లెంపలు వాయించుకుంటున్నాను. రేపట్నుంచి మరి పాటకు వెళ్ళితే వొట్టు- (వొట్టు వేసుకోరాదు. అదో నియమం వొచ్చింది కదూ) మరి వెళ్ళను, నిశ్చయం, నిశ్చయం. గట్టిగా గాని పిలిస్తినట్టాయనా, కమలిని లేవగలదు. మెల్లిగా తలుపు తట్టి రాముణ్ని లేపగలిగితినా చడిచప్పుడూ లేకుండా పక్క జేరి పెద్దమనిషి వేషము వెయ్యవచ్చును."

గోపాల్రావు తలుపు చేతనంటగానే, రెక్క విడబారింది. "అరే యిదేమి చెప్మా!" అనుకొని తలుపు మెల్లిగా తెరిచేసరికి, నడవలో దీపం లేదు. నాలుగిళ్ళ వాకిలి దాటి, పడక గది తలుపు తీసిచూస్తే దాన్లోనూ దీపం లేదు. చడీచప్పుడూ లేకుండా అడుగువేస్తూ మంచము దరికిపోయి, కమలిని మేలుకొని వున్నదా, నిద్రించుతున్నదా అని కనిపెట్ట ప్రయత్నించెను గాని, యేర్పరించలేక పోయినాడు. బల్లమీద తడివిఁ అగ్గిపెట్టె తీసి ఒక పుల్ల వెలిగించాడు. మంచం మీద కమలిని లేదు. నిశ్చేష్టుడైపోయినాడు. చేతినుంచి అగ్గిపుల్ల రాలింది. గదినీ, అతని మనస్సునూ చీకటి కమ్మింది. వెఱ్ఱి శంకలూ, అంతకు వెఱ్ఱి సమాధానాలూ మనసున పుట్టుతూ గిట్టుతూ వ్యాకులత కలగజేశాయి. బుద్ధి తక్కువ పని చేసినందుకు తనయందో, కానరామికి కమలిని యందో యేర్పరింపరాని కోపావేశం కలిగింది. నట్టి వాకిట వచ్చి నిలబడ్డాడు. చుక్కల కాంతిని నౌకరుగానీ, దాసీగానీ కానరాలేదు.

తిరిగీ గదిలోకి పోయి దీపం వెలిగించి, గది నలుముఖాలా పరికించి చూశాడు. కమలిని ఎక్కడా కానరాలేదు. వీధి గుమ్మం దగ్గిరికి వెళ్ళి తలుపు తెరిచి చూసేసరికి, వీధి నడుమ చుట్ట కాలుస్తూ తల ఎత్తి ఆకాశం మీది చుక్కల్ని చూస్తూ రావుఁడు కనపడ్డాడు! "రామా!" అని గోపాల్రావు పిలిచాడు. రావుఁడి గుండె ఝల్లుమంది, నోట్లో చుట్ట జారి కిందపడ్డది.

"రా వెధవా!"

కాలీడ్చుకుంటూ రావుఁడు దగ్గిరకొచ్చాడు.

"మీ అమ్మేదిరా?"

"మా యమ్మా బాబూ? మా కొంపలున్నాది."

"నీ అమ్మ కాదురా! బుద్ధిహీనుడా! నా భార్యరా."

ఆ మాటతో రావుఁడికి మతిపోయింది. ఆలోచించుకుని అన్నాడు–

"ఎక్కడుంటారు బాబూ? అమ్మగోరు గదిలో తొంగున్నారు బాబూ!"

"యింటో ఎక్కడా లేదురా, వెధవా! యిల్లు విడిచి నువ్వెక్కడికి పోయినావురా?"

రావుఁడు మొహం ఓరజేసుకుని "నౌఖరోడికి కాల్నొస్తుంది, కడుపు నొస్తుంది, బాబూ. పెద్దయ్యోరు మరీ మరీ అప్పసెప్పి ఎల్లినారు గందా, అమ్మగారి నొక్కర్నీ ఒగ్గేసి నిసి రాత్రేళ సానమ్మగారి–" రావుఁడి వీపుమీద రెండు వీశ గుద్దులు పడ్డాయి. "సంపేసినారు బాబూ" అని రావుఁడు నేలకూలబడ్డాడు.

గోపాలరావు దయగలవాడు. వెంటనే కోపం దిగజారి, పశ్చాత్తాపం కలిగింది. రాముణ్ని చేత లేవనెత్తి, వీపు నిమిరి, "కోపం పట్టలేక పశువువలె ఆచరిస్తిని" అనుకుంటూ గదిలోకి తీసుకువెళ్ళాడు.

కుర్చీమీద తాను కూచుని "రామా ఏమాయెరా!" యని దైన్యంతోటి అన్నాడు. రాఁవుడు యీ తట్టూ, ఆ తట్టూ, చూసి

"ఏటో మాయలా వుంది, బాబూ." అన్నాడు.

"పుట్టింటిగ్గానీ వెళ్ళి వుండునా?"

"అంతోరు కారనా, బాబూ? కోపగించితే సెప్పజాల్ను గానీ, ఆడోరు సదువుకుంటే, ఏటౌతది బాబూ?"

"విద్య విలువ నీకేం తెలుసురా, రామా!" అని గోపాలరావు మోచేతులు బల్లపైన ఆన్చి ఆ నడుమ శిరస్సు వుంచి తలపోస్తూ వున్నంతలో, ముద్దు లొలికే కమలిని చేవ్రాలున వుత్తర మొఁకటి బల్లమీద కనపడ్డది. పైకి చదివాడు, "అయ్యా!"

" 'ప్రియుడా!' పోయి 'అయ్యా' కాడికి వొచ్చిందా?"

"పెయ్య పోయిందా బాబూ!"

"మూర్ఖుఁడా! వూరుకో!"

"అయ్యా! పది దినములాయె. రాత్రుల నింటికి మీ రాకయే నే నెరుగను. మీటింగులకుఁ బోవుచుంటిమంటిరి. లోకోపకారములగు నుద్యమముల నిదుర మాని చేయుచుంటిమంటిరి. మా చెలుల వలన నిజము నేర్చితిని. నేనింట నుండుటను గదా మీరు కల్లలు పలుకవలసి వచ్చెను. నేను పుట్టింటనున్న మీ స్వేచ్ఛకు నిర్బంధమును, అసత్యమునకు అవకాశము కలుగకుండును. మీచే దినదినమును అసత్యమాడించుట కన్న మీ త్రోవకు అడ్డుగ నుండకుండుటయే, పతి మేలు కోరిన సతికి కర్తవ్యము కాదా? నే నీ రేయి కన్నవారింటికి జనియెద. సంతసింపుడు. వెచ్చముగాక ఏపాటి మిగిలియున్న దయనుంచుడు."

ఉత్తరం ముగించి "నేను పశువును" అని గోపాత్రావు అనుకున్నాడు.

"అదేమిటి బాబూ అలా శలవిస్తారు?"

"శుద్ధ పశువును!"

రావుఁడు అతి ప్రయత్నముచే నవ్వు ఆపుకొనెను.

"గుణవతి, విద్యానిధి, వినయ సంపన్నురాలు నా చెడుబుద్ధికి తగిన శాస్తి చేసింది."

"అమ్మగారేటి సేసినారు బాబూ!"

"పుట్టింటికి వెళ్ళిపోయింది - గాని, నీకు తెలియకుండా ఎలా వెళ్ళిందిరా?"

రావుఁడు రెండడుగులు వెనక్కివేసి "నాఁ తొంగున్నాను కావాల బాబూ! అలిగితే సెప్పసాల్ను గాని బాబూ, ఆడదాయి సెప్పకుండా పుట్టినోరింటికి ఎల్తానంటే లెంపలోయించి కూకోబెట్టాలి గాని మొగోర్లాగా రాతలూకోతాలూ మప్పితే ఉడ్డోరం పుట్టదా, బాబూ?"

"ఓరి మూర్ఖుడా! భగవంతుడి సృష్టిలోకల్లా ఉత్కృష్టమయిన వస్తువ విద్యనేర్చిన స్త్రీ రత్నమే. శివుడు పార్వతికి సగం దేహం పంచి యిచ్చాడు కాదా. ఇంగ్లీషువాడు భార్యను 'బెటర్ హాఫ్' అంటాడు. అనగా పెళ్ళాం మొగుడికన్న దొడ్డది అన్నమాట. బోధపడ్డదా?"

"నాకేం బోదకాదు బాబూ?" రావుఁడికి నవ్వు ఆచుకోవడం అసాధ్యం కావచ్చింది.

"నీ కూతుర్ని బడికి పంపిస్తూన్నాం కదా, విద్య యొక్క విలువ నీకే బోధపడుతుంది. మీ వాళ్ళకంటె అప్పుడె దానికి ఎంత నాగరికత వొచ్చిందో చూడు. ఆ మాట అలా వుణ్ణియ్యిగాని, యిప్పుడు నువ్వో నేనో వెంటనే బయల్దేరి చెంద్రవరం వెళ్ళాలి? నే వెళ్దానికి శలవు దొరకదు. నువ్వు తాతల నాటి నౌఖరివి. నీమీద కమలినికి యిష్టం. గనక నువ్వే వెళ్ళడం మంచిది. వెళ్ళి కమలినిని పిలుచుకు రా."

"శలవైతే యెల్నా, యెలతాను. ఆర్రానంటే-"

"యింద పది రూపాయలు. బతిమాలి తీసుకొస్తివట్టాయనా, మరి పది రూపాయి లిస్తాను."

"సిత్తం"

"అయితే, యేవిఁటి చెప్పాలో తెలుసునా?"

"యేటా, బాబూ? సెప్పకుండా లేసి రావడం మా మంచి పని సేసి నారమ్మా. బాబు నా యీపు పగలేసినారు రండి రండమ్మా అని సెప్తాను."

"నన్ను క్షమించి దెబ్బల మాట మరిచిపో. కమలినితో ఎన్నడూ దెబ్బల మాట చెప్పబోకు. ఈ మాట జ్ఞాపకం వుంచుకుంటావు గద?"

"సిత్తం"

"నువ్వు కమలినితో చెప్పవలసిన మాట లేవో, చెబుతాను బాగా చెవొగ్గి విను.... పంతులికి బుద్ధి వొచ్చిందను...."

"అదేటి బాబు!"

"నీ కెందుకు? నే అన్న మాట గట్టిగా జ్ఞాపకం వుంచుకుని చెప్పు. పంతులికి బుద్ధివొచ్చింది అను. మరి ఎన్నడూ సానుల పాట వినరు. గట్టివొట్టు వేసుకున్నారు.... (మరచిపోయి అన్నాను; ఆ మాట అనకు.) యిటుపైని ఎన్నడూ, రాత్రిళ్ళు యిల్లు కదలరు. ఇది ఖరారు. తెలిసిందా?"

రావుఁడు తల వూపాడు.

"ఇంకా ఏవిఁటంటే, గెడ్డం పట్టుకుని బతిమాలుకున్నానని చెప్పమన్నారు. దయదల్చి పంతుల లోపాలు బయట పెట్టొద్దన్నారు. (ఇది ముఖ్యమైన మాట విన్నావా?) రెండు మూడు రోజుల్లో తప్పకుండా వెళ్ళిపోయి రమ్మన్నారు. మీరు దగ్గర లేకపోవడంచేత వెఱ్ఱెత్తినట్టున్నారు. గడియో యేడు లాగ గడుపుతున్నారు. (యీ మాట మరవగలవు జాగర్త) యేం చెప్పాలో తెలిసింది గదా? ఒక్క మాటైనా మరచిపోకు."

"తెలిసింది బాబూ."

"యేం చెబుతావో నాకోమాటు చెప్పు."

రాముఁడు తల గోకుకొనుచు "యేటా – యేటా – అదంతా నాకేం తెల్దు బాబూ. – నేనంతాను అమ్మా! నా మాటినుకొండి – కాలం గడిపినోణ్ణి–పిన్నల్ని సూసినాను. పెద్దల్ని సూసినాను యిన్నారా? ఆడోరు యజమాని సెప్పినట్టల్లా యిని వల్లకుండాలి లేకుంటే పెద్ద పంతులార్లాగ, సిన్న పంతులోరు కూడా, సెడిపోతారు. మీ శెవుల్లో మాట. పట్టంలోకి బంగార బొమ్మలాంటి సానమ్మ వొచ్చింది. ఆ సానెమ్మోర్ని సూసినకాణ్ణుంచీ పంతులు మనసు, మనసులా లేదు. నా మాటిని రండి. లేకుంటే మీ సిత్తం, అంతాను."

"ఓరి వెధవా!" అని గోపాలుడు కోపంతో కుర్చీ మీంచి వురికాడు. తప్పించుకుని రావుఁడు పూసలాగ గదిపైకి దాటాడు.

అంతలో మంచం కింద నుంచి అమృతం వొలికే కలకల నవ్వూ, మనోహరియైన నూపురముల రొద, విననయ్యెను.

---

**విశాలాంధ్ర పబ్లిషింగ్ హౌస్, 1963 ప్రచురణ పాదపీఠిక:*

*తాను మొదట గ్రాంథికచ్ఛాయలు నిండేటట్లుగా రాసిన కథను గురజాడ స్వహస్తంతో దిద్దిన లిఖిత ప్రతి లభించింది. ఈ ప్రతిలో ఈ కథ పేరు 'దిద్దుబాటు' కాదు– 'కమలిని'. 'దిద్దుబాటు' కథలో గురజాడ చేసిన దిద్దుబాట్లు సంఖ్యనుబట్టి మాత్రమే గాక స్వభావాన్నిబట్టి కూడా చాలా అర్థవంతమైనవని రెంటినీ తారతమ్య పరిశీలనచేస్తూ చదివితే బోధపడుతుంది.*

# మెటిల్డా

నేను వృక్షశాస్త్రము యమ్.ఏ. పరీక్షకు చదువుతూ వుండే రోజులలో మైలాపురి పెద్ద రోడ్డున ఒక మిద్దె యింట్లో బసచేసి వుంటిని. నాతోపాటు పది పన్నెండుగురు విద్యార్థులు మనదేశపువాళ్ళు ఆ మేడ యింట్లో వుండేవారు.

నేను వచ్చిన మూడో రోజున రామారావు నన్ను సౌజ్ఞచేసి పిలిచి రహస్యంగా "మెటిల్డాను చూశావా?" అని అడిగాను. "లేద"న్నాను. "అదుగో చూసీ చూడనట్టు చూడు" అని చూపించాడు.

చూశాను.

"చాలు యిక రా" అన్నాడు.

మెటిల్డా వైపు త్రిప్పిన మొహం తిప్పకుండానే "ఎలా రావడం? కళ్ళు భగవంతుడు యిచ్చినందుకు యిదే కదా ఫలం! మనోహరమైన భగవంతుడి సృష్టిలో కల్లా మనోహరమైనది, సొగసైన స్త్రీ. మనస్సులో చెడు చింత లేనప్పుడు చూస్తే తప్పేమి." అన్నాను.

"నీలా శ్రీరంగనీతులు చెప్పిన వాళ్ళని చాలామందిని చూశాను. కొత్త వాడివి, యెరిగివుంటే మంచిదని చూపించాను. మరి యెన్నడూ యిటు కన్ను తిప్పకు."

రెక్క పట్టుకు గెంటుకు పోయినాడు.

"మంచి మనిషా, చెడ్డ మనిషా?" అని అడిగాను.

"మంచయితే మనకేల? చెడ్డయితే మనకేల? ఒకర్ని మంచి కాదండానికి మన మంచేం తగలడుతూంది? మెటిల్డా వైపు చూడవలెనని తిరిగి ఎన్నడైనా చూస్తివా నీకూ నాకూ నేస్తం సరి" అన్నాడు. రామారావు నాకు ప్రాణ సమానమైన మిత్రుడు. ఏం చెయ్యను, మనసు నిరోధించి మెటిల్డా యింటి పెరటివేపు వున్న డాబా పొంతకు వెళ్ళలేదు కొన్నాళ్ళు.

పసుపు రాసుకొని స్నానమాడి పైని బంగారు చాయలుదేరిన మేని సొంపు నెమలి పింఛము వలె ఒడలును కమ్మి చెదరిన తలకట్టూ, బావినుంచి నీరు తోడుతూ వొక్కొకతరి తలయెత్తి యిటూ అటూ చూసిన కన్నుల తళుకూ, మోము అందమూ నా కన్నుల కట్టినట్టు వుండి మరుతునన్న మరపురాకపాయను.

వారం పది రోజులు కట్టమీద వున్నాను. ఆ పైని మనసు పట్టలేక పచారు చేస్తూ చదివే మిషమీద చేత పుస్తకం, దృష్టి పెరటివేపూ వుంచి డాబా మీద గస్తు తిరిగేవాణ్ణి, రామారావు యింటలేనప్పుడు.

ఆ రోజుల్లో రెండుమార్లే పనిమీద పెరట్లోకి వచ్చి వెంటనే యింట్లోకి వెళ్ళిపోతూ వచ్చింది, మెరుపులా.

కాలేజీకి వెళ్ళేటప్పుడు మెటిల్డా యింటి ఎదుట చీమ లాగ నిమ్మళంగా ఆ యింటివేపు చూస్తూ నడిచేవాణ్ణి. అప్పుడప్పుడు చిత్తరపు చట్రంలో ప్రతిమ లాగ, గవాక్షంలోంచి మెడిల్డా కనపడేది.

## 2

మెటిల్డా చరిత్ర అడిగి వారివల్లా వీరివల్లా, అడక్కుండా నా నేస్తులవల్లా గ్రహించాను.

మెటిల్డా పెనిమిటికి మా వాళ్ళు పులి, ముసలి పులి అని పేరు పెట్టారు. అంత ముసలివాడు కాడు యాభై అయిదు, యాభై ఆరు యీడు వుండవచ్చును. కొంచెం తెల్లగా, పొట్టిగా వుంటాడు. పెద్ద కళ్ళూ, కోర మీసాలూ. స్ఫోటకం మచ్చల మొహం, రెండేళ్ళాయ వచ్చి మా ప్రక్క బంగళాలో బసవేశాడు. ఎక్కణ్ణించి వచ్చాడో, ఎందుకు వచ్చాడో ఎవరూ ఎరుగరు. వీధివేపు పెరటిలోకి వొరసుకొని పెద్ద గది వొకటి వుంది. దానిలో మూడు బీరువాలలో పుస్తకాలు వున్నాయి. అమేషా రాస్తూనో, చదువుతోనో కనపడేవాడు. వీధి పెరటిలోనూ, వెనక పెరటిలోనూ పూల చమన్ బహు సొగసుగా వుంచేవాడు. ఉదయం, సాయంత్రం మొక్కలకి గొప్పు తవ్వేవాడు. మెటిల్డా నీరు పోసేది. ఇది యింగ్లీషు పద్ధతి ప్రకారం యిద్దరికీ శరీర వ్యాయామం. అంతేమరి; యిల్లు కదిలి నాలుగు అడుగులు పెట్టడమన్నది లేదు. ఇంటికి చుట్టాలూ, పక్కాలూ రాకపోకలు ఎన్నడూ లేదు. పులి మెటిల్డాని ఎక్కువ కాయిదా పెట్టేవాడు. గుమ్మంలోకి రాకూడదు. అని శాసనం గాని అప్పుడప్పుడు వచ్చేది. ఆ పిల్ల మొఖాన వొక మోస్తరు విచారం కనబడేది. వింతేమి? మొగుడు కంట్రకపెట్టేవాడు. మొగుడు అప్ప ఒక ముదుసలి. చిలిపి జగడాలు పెట్టేది. ఇంటిలో మిగిలినవాళ్ళు ఒక ముసలి వంట బ్రాహ్మణుడు.

మెటిల్డా పెనిమిటిని పులి పులి అనడమేగాని అతని పేరేమిటో ఎవడూ ఎరుగడు; పోస్టు బంట్రోతు ఆయన పేర వచ్చిన ఉత్తరముల పై విలాసం ఎవరికీ చూపకుండా నిర్ణయంట. ఒక్క పోస్టు మాస్టరికీ, పులికీ మాత్రం పరిచయం వుందని అనుకునేవారు.

అది రహస్యం కాపాడడం కోసమై వుంటుంది.

## 3

ఒకనాడు అభ్యంగనమై జుత్తు విరియబోసి షోకుగా టోపీ తల నమర్చి, మల్లిపువ్వులాంటి బట్టలు కట్టి బడికి పోతూ, మెటిల్డా యింటి ఎదుట జాలంగా నడుస్తూ వుంటిని. అంతట గుమ్మం దగ్గిరికి వచ్చి, ఆమెవేపు చూస్తూ నిలిచిపోయినాను. అర మినుటు కావచ్చు. పులి గుహలోంచి పైకి దుమికి, "అబ్బాయీ, యిలా రా" అన్నాడు. తంతాడేమో పరుగుచ్చుకుందావాఁ అనుకున్నాను, కాని అట్టి పని చేస్తే నా యందు

నేరం నిలవడం కాకుండా, మెటిల్డా యందు నేరం నిలుస్తుందేమో? నాకు ఏమైతే ఆయను, ఆమెను కాపాడదామని వెళ్లాను.

లైబ్రరీ గదిలోకి తీసుకెళ్లాడు. కుర్చీమీద కూలబడి, రౌద్రాకారమైన చూపుతో యింగ్లీషున అడిగాడు:

"నా పెళ్ళాంవైపు చూస్తున్నావా?"

"కిటికీలోంచి కనపడుతూండే మీ లైబ్రరీ చూస్తూ, మీరు ఎటువంటి మనుష్యులు, ఏమి చేస్తుంటారు అని ఆలోచిస్తున్నాను."

"నా పెళ్ళాన్ని చూడలేదూ?"

"చూశాను, ఎదుట నిలుచుంటే కనపడరా, అంతే". పిడుగులాగ "జానే జానే?" అని పిలిచాడు. మెటిల్డా రాలేదు.

"వొస్తావా రావా, లంజా!" అన్నాడు. ఒణుకుతూ మెల్లగా వచ్చి తలవొంచుకు నిలబడ్డది.

ఇంగ్లీషున నాతో మళ్ళీ అన్నాడు:

"ఓ తెలివితక్కువ పెద్దమ్మా! చూడు. ఎంతసేపు చూస్తావో, యీ ముండమొహంవేపు! ఏం, నావేపు చూస్తావేం, దానివేపు చూడక? నా మొహం, దాని మొహంకన్న బాగుందనా?"

నేను మాట్లాడలేదు. కథ బాగుందికాదని, కాలు గుమ్మంవేపు సాగించబోతూండగా, కనిపెట్టి మెల్లగా "వుండు" అన్నాడు.

నిలిచాను.

నిమిషం కిందట కన్నుల రాలిన నిప్పులు చల్లారాయి.

"అబ్బాయి!" అన్నాడు.

"నిజవాఁడ్డం ఎన్నడైనా నేర్చావా? తల్లిదండ్రుల దగ్గిరగాని గురువుల దగ్గిరగాని" నా తల్లీదండ్రీ తలపుకు వచ్చారు.

"నేర్చవలసిన అవసరం లేకుండా, నిజాయితీ నాకు పుట్టుకతోనే వొచ్చింది" అన్నాను.

"అయితే, పుట్టుకతో పుట్టిన ఆ నిజాయితీ చూద్దాం. చెప్పు, నా పెళ్లాం అందంగా వుందా లేదా?"

"ఆమె అందంగానే వున్నాదనుకుంటాను."

"సంశయవేఁవైనా వున్నదా?"

"లేదు."

"తోవంట వెళ్లేటప్పుడు రోజూ, దానికోసం యీవేపు చూస్తూ వుంటావా లేదా?"

"నిజమాడమన్నారు గనుక వొప్పుకోక విధి లేదు. చూస్తున్నాను గాని, చెడ్డ తలపు మనసులో యీషత్తువుంటే దేవుడు సాక్షి!"

"దాని మాటకేం; అది కంటికి కనపడితే నీకు ఆనందం, అవునా కాదా? నిజవన్నదేదీ?"

"అవును"

"అయితే ఈ ముండని తీసుకుపో; నీకు దానం చేశాను. తీసుకుపో! నాకు శని విరగడై పోతుంది."

నేను మాటడకుండా కదలి పైకొచ్చాను. ఇళ్లు కనపడలేదు. మనుషులు కనపడలేదు. శృంగభంగమై నన్ను నేను దూషించుకుంటూ బరికి పోయినాను.

అక్కడ బస ఎత్తేయడానికి నిశ్చయించాను. బస ఎత్తేసి, మరి ఆ వీధి మొహం చూడకూడదనుకున్నాను.

నా కళ్ళకి కట్టినట్లు ఆ వొంచిన మొఖం బిందువులుగా స్రవించిన కన్నీరు; ఆచుకొన్న నిట్టూర్పుల చేత కంపించిన రొమ్ము, ఏ మహాకవి రచనలోనూ లేదనగలను. అగాధమై ప్రౌఢమైన కరుణ రసం, ఆ సరిలేని సొగసున్నూ.

## 4

నే బస వున్న యింటి గుమ్మం దగ్గిరికి వచ్చేసరికి పులి యింటి ముసలి బ్రాహ్మణుడు సన్న సన్నగా, నా చేతులో ఒక చీటీ పెట్టి జారిపోయినాడు. ఇందాకటి కథతో దీనికేదో సంబంధం ఉందని తలచి, నా గదిలోనికి వెళ్ళి లోపల గడియ వేసుకుని చీటి చదువుకొన్నాను, దానిలో ఏముందీ?

కుదురైన అక్షరాలతో–

"మీరూ, మీ నేస్తులూ నా కాపరం మన్న నివ్వరా? మీకు నేనేం అపకారం చేశాను? తల వంచుకు మీ తోవను మీరు పోతే నే బతుకుతాను, లేకపోతే నా ప్రారబ్ధం."

ఏమి చెయ్యను? అక్కడ బస విడిచి మరి వక చోటికిపోతే, నా మట్టుకు చిక్కు వొదులుతుందనుకొంటిని గదా? ఇప్పుడు మెటిల్డా చేసిన విన్నపం యెలా తొంగి వెళ్ళిపోదును? నా స్నేహితులవల్ల ముప్పు కలక్కుండా, ఆమెను కాపాడవద్దా! కాపాడగలనా?

మెటిల్డాను కాపాడకపోతే బతుకేఁవిటి? పౌరుషమేవిఁటి? ఈ మనోజ్ఞమైన స్త్రీ రత్నం యొక్క చిత్రకథలో, దుఃఖ భాజన కథలో నేను కూడా చేరానా? దుఃఖం మళ్ళించి, యీ అందకత్తె మనసులో మెప్పుకొంటే జన్మ సార్థకమవుతుంది. ఈ సొగసైన లిపి మెటిల్డా రాసినదా? ఏమి అదృష్టవంతుణ్ణి? మెటిల్డా ఏమి రాస్తే చెయ్యను–త్రైలోక రాజ్యం నాకుండి, "యిమ్ము" అంటే పట్టం గట్టనా?

గాని యిప్పుడు ఏం చేతును? నాకు లోకజ్ఞానం తక్కువ, వినాయకుని చెయ్యబోయి కోతిని చేస్తానేమో? రామారావు అనుభవజ్ఞుడు, గుణవంతుడు, నేర్పరి. చెప్పిన మాట విననందుకు చీవాట్లు పెడితే పడతాను. నా ఉద్యమంలో సాయం చెయ్యమని కాళ్ళు పట్టుకుంటాను.

అని ఆలోచించి రామారావుకు పూసగుచ్చినట్లు కథంతా చెప్పాను. నా నిశ్చయం యిదని తెలియచేశాను. మళ్ళించ ప్రయత్నించవొద్దని గెడ్డం పట్టుకు బతిమాలాను.

రామారావన్నాడు: "మళ్ళించగలనని నమ్మకం వుంటె మళ్ళించజూతును. మళ్ళవని ఎరుగుదును. చూడవద్దంటే చూడడం మానితివా?"

"గాని నాకు తోచిన మాటా, నాకు తెలిసిన మాటా నీకు చెప్పకపోతే నేను అపరాధిని అవుతాను, స్నేహాన్ని తప్పినవాణ్ణి అవుతాను."

"ఆలు మొగళ్ళ దెబ్బలాటల్లోకి వెళ్ళవద్దని మన పెద్దల శాసనం. అవి అభేద్యాలు, అగమ్యగోచరాలు, మధ్యవర్తులు, కాపరం చక్కచేదామని చెక్కలు చేసి వెళ్ళిపోయి వస్తారు. ఒకటి పులి పులి అని మనం యెంత పేరుపెట్టినా పాపం, యీ పులి అరుపే కాని కరుపు లేదు. మెటిల్డానీ ఎన్నడైనా ఒక్క దెబ్బ కొట్టానని విన్నామా? లేదు. తిండికి లోపం లేదు, గుడ్డకి లోపం లేదు. అతను చెప్పినట్లు మెసులుకుంటే నెమ్మదిగా కాలం వెళ్ళడానికి అభ్యంతరం లేదు. రెండు; ఇక మూడోది, నీకు మెటిల్డా మీద మనస్సు గట్టిగా లగ్నం అయింది. అది కూడని పని. చెడ్డ తలంపు లేనప్పుడు ఏమి ఫర్వా అని అనగలవు. చెడ్డ తలంపు చెప్పిరాదు. ఎక్కణ్ణించో రానక్కర్లేదు. కంటికగపడకుండా మనసులో ప్రవేశించి పొంచి వుంటుంది. చూసీ చూడనట్టు మనం వూరుకొని, అది పైకొచ్చే ప్రయత్నాలు బాహాటంగా చేస్తూ వుంటాం. చెడ్డ తలపులకి గుర్తు ఎవరైనా వుండాలి కదూ. అడవిలో వొంటరిగా వున్న వారికి స్త్రీల విషయమై చెడ్డ తలంపులు వుండవు. సొగసైన స్త్రీల పొందు కోరేవాడికి అవకాశం తటస్థించినప్పుడు చెడ్డ తలపు వస్తుందా, రాదా అని ఆలోచన – ఆ అవకాశానికి అవకాశం ఇవ్వనివాడే ప్రాజ్ఞుడు."

## 5

"నాకు నీవూ, నీ స్నేహితుడు రామరావూ మరొక గొప్ప వుపకారం చేశారు. మీ మాటలవల్లా, చేష్టలవల్లా నా భార్య యోగ్యురాలని తెలుసుకొన్నాను. ఆలోచించుకోగా ఆనాటినుంచి కళ్ళెం వొదిలేశాను. నా పెళ్ళాం బహు బుద్ధిమంతురాలు. ఇచ్చిన స్వేచ్ఛనైనా పుచ్చుకోలేదు. ఎక్కడికి కావలిస్తే అక్కడికీ వెళ్ళమన్నాను. ఎవరిని కావలిస్తే వారిని చూడమన్నాను. ఎక్కడికి వెళ్ళకోర లేదు. ఎవర్నీ చూడకోరలేదు. నాకు నీతో లోకం మరి ఎవరితో ఏం పనంది. అలాగే సంచరించింది.....

"దాని చర వొదిల్చావు. అది నా చర కూడా వొదలడానికి కారణమైంది, హయ్యరు మాథమిటిక్సు చదువుకున్నావా? లేదా, పోనియ్యి."

కాల్‌బెల్ టింగ్‌మని వాయించాడు. కీలుబొమ్మలాగ మెటిల్డా ప్రవేశించి గుమ్మం లోపున నిలబడింది.

"కాఫీ యియ్యి."

బల్లమీద రెండు గిన్నెలతో కాఫీ అమర్చింది.

"నీక్కూడా పోసుకో."

మొగుడు కేసి "కూడునా యిలాంటి పని" అనే అర్థంతో చూసింది.

"ఫర్వాలేదు, నువ్వు కూడా తాగు, మన స్నేహితుడు" అన్నాడు. కాని ఆమె తనకు కాఫీ అమర్చుకోలేదు. ప్రక్కను నిలుచుంది.

"పోనియి, కూచో" అన్నాడు. కూచోలేదు. నేను భార్యాభర్తల సరాగానికి సంతోషించాను. నేను అందుకు కొంత కారణభూతుణ్ణి కదా అని మెచ్చుకున్నాను.

కాఫీ పుచ్చుకున్నంతసేపూ, అతను చెప్పిన మాటలు, తన భార్యకు చదువు చెపుతున్నాననీ అమేషా రామాయణం, భారతం చదువుతున్నట్టుందనీ, తను ఫలానా చోటికి తీసుక వెళ్ళాననీ, కులాసా చూపించానని, అంతట నా చదువు మాట కొంత. చాలా విద్వాంసుడని కనుక్కున్నాను.

వెళ్ళిపోయే ముందు "మరి నువ్వు వెళ్ళిపో."

# సంస్కర్త హృదయం★

గత శతాబ్దపు చివరిరోజుల మాట. పడుపువృత్తి నిర్మూలింపబడాలని ఒక ఉద్రేక భావం సమాజాన్నంతటినీ ఆవరించింది. చెన్నరాష్ట్ర మంతా యిదే ఉద్యమం: కెరటంలా దేశమంతా ముంచెత్తి తగిన అదను చూసుకుని మరీ వచ్చి పడింది, M-అనే పట్టణానికి. M-అనేది జిల్లాకు ప్రధాన నగరం. ఈ నాచ్ సమస్యను 'కాలేజ్ యంగ్‌మెన్స్ యూనియన్' వారు వారాల తరబడి తీవ్రంగా చర్చిస్తూ వుండేవారు. వాద ప్రతివాదనలు, ఖండన మండనలు యితోధికంగా సాగిపోతూ వుండేవి: తుట్టతుదకు పట్నం నుంచి ఎవరో ఒకరు మహావక్త, ఉద్రేకి వచ్చి అనర్గళంగా ఉపన్యసించి, యీ రంధీ తేల్చివేసేవాడు. ఆయన ఉపన్యాసం విని ప్రతిపక్షంవారి గుండెలదిరేవి; స్వపక్షంవారు బలపడేవారు. నాచ్ సమస్యకు వ్యతిరిక్తమైన సిద్ధాంతాలన్నీ పూర్వపక్షం చేయబడేవి. అంతటితో యువకులకు ఎక్కడలేని ఉత్సాహం పొంగుకువచ్చి, నాచ్ సమస్య అంటేనే చాలు చెవి కోసుకొనేవారు.

యువకులకు కుదిరినంతటి ఏకాభిప్రాయం, పెద్దలకు మాత్రం కుదరడం లేదు. హిందూ కాలేజీ ప్రిన్సిపాల్, అంతటి విద్యాసంపన్నుడవునా! మర్యాదా, మప్పితం, సరళ స్వభావం, గొప్ప హోద్దా, హోదాకు తగిన దర్జా అన్నీ ఉన్నవాడేను. ఆయన నడవడి చూసి అంతా గౌరవిస్తారు. శీల సంపన్నుడని మన్నన చేస్తారు; కానీ ఆయనకీ ఉద్యమం దూరంగానే ఉండిపోయింది. యాంటీ నాచ్ అనేది వుండతగిన సెంటిమెంటే. దానిలో ఆక్షేపణేమీ లేదు. కాని అందుకోసం ఏవేవో నియమాలు, ప్రతినలు చేయబూనడమంటే ఆయనకు పరమ అసహ్యం. సెంటిమెంటు మంచిదే అంటూ ఇదేమిటీ వేషం! విచిత్రంగా వుండే యీ ధోరణి అని చెప్పి సంస్కర్తలు ప్రిన్సిపాల్ గారిని తమ వర్గీయుడుగా జమ చేసుకోలేదు, పైగా ఖర్చు రాసుకున్నారు.

ప్లీడర్లలో కొంతమంది ఈ ఉద్యమం ఎంతో గొప్పదనే చెప్పారు. ఆశయాలెంత మహత్తరమైనవయినా, తాము మాత్రం, ఈ వాదన పట్ల సుముఖత చూపించలేమని సెలవిచ్చారు. అదేమంటే 'మాకు వచ్చే క్లయింట్లలో అత్యధిక భాగం ఈభోగం పడుచులే కదోయ్! అలాంటపుడు ఈ సంస్కరణకు పూనుకోవడమంటే, ఆ అమ్మాయిల పీకలు తడిగుడ్డతో నులిపెయ్యడమే కదూ!" అని జవాబిచ్చారు.

సీతాపూర్ బారులో సందడి చెలరేగింది. బార్ లీడరు కొంచెం తగుమనిషే. ఉన్నది ఉన్నట్టు మనసులోని అభిప్రాయాన్ని చెప్పగలిగే అతని ధైర్యాన్ని అంతా మెచ్చుకుంటారు. ఒకనాటి సాయంకాలం టెన్నిస్ క్లబ్బులో యీ విషయం ప్రస్తావనకు రాగా, పగలల్లా తాను యాంటీనాచ్‌ననీ, రాత్రిళ్ళు మటుకే ప్రోనాచ్‌ననీ, అరమరికలులేక ఖండితంగా

---

★ "stooping to raise" *అన్న ఇంగ్లీషు కథ, అవసరాల సూర్యారావు అనువాదం. మొదట 'భారతి' ఖరనామ సంవత్సర ఆషాఢమాస సంచికలో ప్రచురణ.*

చెప్పివేశాడు. ఇరుపక్షాల వారికీ, యిది గౌరవమైన రాజీ అని, మిత్రులంతా అభిప్రాయపడ్డారు. బార్ లీడరు తెలివితేటల్ని అభినందించారు.

ఆ ఊరి కాలేజీలో రంగనాథయ్యగారు ప్రొఫెసరుగా పనిచేస్తున్నారు. మంచి సంస్కారి, ఉన్నత భావోద్రేకి, సంఘ సంస్కరణోత్సాహి. మానవునిలో శారీరక మానసిక దౌర్బల్యాలు వున్నాయని వింటేనే అతనికి జుగుప్స. అన్యాయాన్నీ, అవినీతినీ ఏ రూపంలో ఉన్నాసరే, ఏరిపారవేయాలనే పట్టుదల అతని అణువణువునా కనిపిస్తుంది. ఊళ్ళో కొంతమంది విద్యాధికులే, ప్లీడర్లే ప్రోనాచ్‌వాదులని వినగానే, అతని ప్రాణం చివుక్కుమంది. ఇది సహజమే మరి.... వకీళ్ళ నైతిక పతనావస్థ చూచి హృదయం కల్లోలపడింది. వెంటనే క్లాసు రూములో నీతి నియమాలు లేని వకీలు వృత్తిమీద తుపానులా పడి విమర్శించసాగాడు. తన క్లాసురూములో రంగనాథయ్యరు తమను దుయ్యబడుతున్నాడనే వార్త పైకి పొక్కింది. జిల్లా మున్సబుగారి చెవికి సోకింది. ఆయనకి అరికాలు మంట నెత్తికి ఎక్కి చిందులు తొక్కడమారంభించాడు. అర్థం పర్థం లేని వాగుడురాయుళ్ళు, స్కూలు గుంటలు, ఎంతో ప్రాముఖ్యతగల సాంఘిక సమస్యలమీద తగుదునమ్మా అని అభిప్రాయాలు ప్రకటించబూనడం ప్రమాదకరం. స్కూలు పుస్తకాల పొలిమేరలైనా దాటని వీళ్ళు యిల్లాటి సమస్యలలో వేలుబెట్ట బూనడం దేనికి చెప్మా అని ఆశ్చర్యం ప్రకటించారు. ఆశ్చర్యం క్రోధంగా మారింది. ఇందుకు తగిన కారణం లేకపోలేదు. ఆయన భార్య ఎంతో మంచిది, నెమ్మదైనది. పరదాను తీసి బయటకు తొంగిచూసి ఎరగని మానవతి. ఆమె జనానా జీవితంలో యింతటి నిస్తబ్ధత పేరుకుని వుండడం మునసబుగారికేమీ మనస్కరించలేదు. అందుకు విరుగుడుగా, నాజూకు భోగంపిల్లను సంపాదించి, కాలక్షేపం కోసం తన భార్య చెంత వుంచుకున్నారు. ఒకానొక జిల్లా మునసబుగారి మూఢాభిప్రాయాలంటూ తీవ్రమైన విమర్శనా వ్యాస మొకటి ఆ మర్నాటి స్థానిక దినపత్రికలో వెలువడింది. జిల్లా మునసబే కాక, ప్రోనాచ్ వకీళ్ళ నందరినీ, మాతృదేశ విద్రోహులుగా ఆ పత్రిక చిత్రించడం మొదలుపెట్టింది. వ్యాసకర్త ప్రొఫెసరుగారే!

ఈ వ్యాసం పెద్దలలో సంచలనం కలిగించింది. ఊళ్ళో గొడవ హెచ్చింది. ఎక్కడ చూసిన యిదే ముచ్చట వినిపించసాగింది; ఇదే చర్చతో సందడిగా వుంది ఊరు. మున్సిపల్ కౌన్సిల్‌లోను, దేవస్థానం బోర్డులలోను సభ్యుల మధ్య వాదోపవాదాలు పెరిగి రెండు ముఠాలుగా చీలిపోయాయి. కొందరు ప్రోనాచీయులు, మరి కొందరు యాంటీనాచీయులు, ఇరుపక్షాలకు వాదన ముదిరి, చిట్టచివరకు చేతులు కలపడందాకా వచ్చింది. కేకలు వేసుకోడంతో ఆరంభమయిన యీ వ్యవహారం పీకలు పిసుక్కునేవరకూ పెరిగింది. ఈ ఉద్రిక్త పరిస్థితులకు తాళలేక, ఊళ్ళోవున్న ఆ ఒక్క క్లబ్బూ, రెండు క్లబ్బులై డబ్బు లేకపోవడం చేత, దివాలా తీస్తాయా అని భయపెట్టసాగాయి. భోగం పడుచులకు ప్రోనాచ్ వకీళ్ళంటే వొళ్ళుకోసి యిచ్చేటంతటి అభిమానం పుట్టుకొచ్చింది. తమ కోసం, తమ పరువు ప్రతిష్ఠల్ని నిలబెట్టడం కోసం, రెండు పక్షాలుగానైనా చీలిపోయి, ఎంతైనా సాహసం చూపిస్తున్నారు. తమ ప్రియురాళ్ళ మీద వారి కెంతటి దయాభిమానాలో! దీనికి ప్రతిఫలంగా, యథోచితమైన ఆనందాన్ని ప్రోనాచ్ వారికి భోగం పడుచులు అడపా దడపా అందిస్తూనే

వున్నారు కాని సంస్కరణవాదుల పేరు చెబితే, సానిపిల్లల వొళ్ళు గంగవెర్రులెత్తుతోంది. వాళ్ళలో వాళ్ళు సంస్కర్తలను గురించి ఎకసక్కాలాడుకుంటున్నారు; తట్టాబాజా కడుతున్నారు; యాంటీనాచీయులు, సరసం తెలియని మోటు మనుషులు. ఇదేమిటీ ఖర్మ! వీళ్ళ మొహం కాని, భోగం వృత్తి అరికడతామంటా రేమిటి? శృంగార రసాస్వాదన చేయలేని పరమ బ్రభ్రాజమానులే వీళ్ళు! 'దుర్మార్గులమ్మా, దుర్మార్గులు వీళ్ళు' అనే ప్రచారం విరివిరిగా సాగిపోజొచ్చింది.

ఈ ప్రచారాన్ని రంగనాథయ్యరు సుతరామూ లెక్క చెయ్యలేదు. ఎలాగో అవకాశం చేసుకుని, పాఠం మధ్యను ఆగి, విద్యార్థుల మనస్సులను 'సాల్ట్సు సొల్యూషన్స్' నుండి మరల్చి, సరాసరి పడుపువృత్తిని చేటలతో చెరుగుతూ విమర్శించేవాడు. సమాజంలో భోగం పడుచులు 'సేఫ్టి వాల్వ్స్' వంటివారు. ప్లేగులా వ్యాపించిన యీ అవినీతి రూపు మాసిపోక తప్పదు. ఇందుకు యువకులు సంసిద్ధులు కావాలి. నైతిక పతనావస్థ నుంచి దేశాన్ని విద్యార్థు లుద్ధరించాలి. ఇదీ అతని ప్రబోధ సారాంశం.

ఆయన ప్రబోధాన్ని క్లాసులోని విద్యార్థులు జాగ్రత్తగా వినేవారు. కాని 'చందర్' అనే విద్యార్థికి మాత్రం యిది రుచించలేదు. చందర్ గొప్ప భూస్వామి బిడ్డడు. ఎప్పుడూ చేతి ములాగ్గా డబ్బు ఆడుతూ వుండేది. గుడ్డెద్దు చేలో పడ్డట్టు ప్రొఫెసరు చెప్పే ప్రతి మాటకూ బుర్రూపుతూ క్లాసులో కూర్చునే విద్యార్థి అంటే అతనికి తలనొప్పి. ఆయన చెప్పే ప్రతి విషయాన్ని తూచి, పరీక్షించి నిగ్గు దేల్చుకోవాలి. ఇది ఎంతవరకు ఆచరణయోగ్యం? ఏయే భాగాలలో అనంగీకారమో, ఒక భోగం పడుచును, మైక్రోస్కోపుముందు వుంచి ఎనలైజ్ చేసి చూస్తేనే తప్ప అమీ తుమీ తేల్చుకోరాదు. ప్రయోగం, పరిశోధన, ఋజువు సాధ్యపడనిదే ఏదీ సిద్ధాంతంగా చెప్పకూడదు. ఈ పట్టుదలతోనే, కంటికి యింపుగా కనిపించిన సరళ అనే పిల్లను చేరదీశాడు. సరళ ఊరందరి మనసులోనూ పడిన పిల్ల; చక్కని మనిషి; తీయని కంఠస్వరం; శాస్త్రీయ సంగీతాన్ని చక్కగా అభ్యసించింది. తన నాజూకు కొనవేళ్ళతో వీణను మీటుతుంది ఏయే సమయాలలో, ఉత్సవాలలో, ఏయే పాటలను, పద్యాలను పాడాలో నేర్పుగా నేర్చుకుంది. ఎవరికీ రానన్ని సంస్కృత శ్లోకాలు, తెలుగు పద్యాలు, కృతులు నోటికి ధారాళంగా వచ్చును. ఈ పిల్లపై చందర్, మానవ పరిణామ శాస్త్ర పరిశోధనకై ప్రయోగాలు చేస్తున్నాడు. పరిశోధన యింకా పూర్తికాలేదు. దిక్కు మాలింది. ఎప్పటికప్పుడే సరికొత్త విషయాలు, సమస్యలు వరస వరసగా పుట్టుకు రావడంతో పెద్ద యిబ్బంది కలిగింది. శాస్త్ర తృష్ణ జాస్తీ కాజొచ్చింది.

సరళతో తమ క్లాసుమేటు ఎక్స్‌పెర్‌మెంట్సు చేస్తున్నాడనే సంగతి కొంతమంది విద్యార్థులు పసికట్టారు. వీరిలో కొంతమందిని చందర్ తన అనుయాయులుగా మార్చగలిగేడు. కొందరు పెద్దలు అతని ప్రయత్నాలను అభినందించారు. లేబరేటరీలో పరిశోధనకు తగిన వాతావరణం లేదు; ఈ వాతావరణంలో అన్నీ సదుపాయాలే అని, స్నేహితులు ఎంతో యిదిగా అతన్ని మెచ్చుకుంటున్నారు. ఈ నూత్న పరిశోధన కోసం చందర్ రచించిన సూత్ర వివరణ అమోఘమయినదనీ, లేబరేటరీలో దుర్వాసన కొట్టే సల్ఫ్యూరిక్ యాసిడ్, హైడ్రోజన్లకంటే, అగరు అత్తరుల వాసనలు సరికొత్త మార్పులని

అంగీకరించారు. కాని క్లాసులో మాత్రం పెద్ద ప్రమాదం వచ్చిపడింది. నీతివాదులకు వీరి పద్ధతి నచ్చలేదు. మధ్యను కాళీగా ఒక బెంచి విడిచివేసి, దూరంగా వేరే ఒక మూలను చేరిపోయారు. క్లాసులో రెండు వర్గాలు ఆరంభమయినాయి. దీనికి కారణం బోధపడక మొదట ప్రొఫెసరు కంగారుపడ్డాడు. చివరికి తెలుసుకొని మండిపడ్డాడు. వేశ్యల మీద సాధారణంగా అతనికుండే క్రోధం, అసాధారణమై స్త్రీలలోని అలసత్వాన్ని చూసి ఉపయోగించుకుంటోన్న ప్రోనాచ్ వాదుల మీద అగ్గి కురిపించేవాడు.

## 2

రంగనాథయ్యరు గ్రీకులవంటి సౌందర్యారాధకుడు. ప్రతీ రోజూ స్వర్ణలేఖా నదీ తీరాన షికారు తిరిగేవాడు. లోయ చుట్టూ చిందరవందరగా గడ్డితో పచ్చగా రాతిబండలు వున్నాయి. అక్కడే గున్నమామిడి తోపులు, చింత చెట్లూ భీతాహంగా కనిపిస్తున్నాయి. తోట దాటిన తరువాత ఏపుగా పచ్చిక బయలు సముద్రంలా కనిపిస్తున్నది. దాని చివరను నావలా ఒక పెద్ద కొండ, కొండమీద పురాతన దేవాలయం, గాలి గోపురాలతో, ఎన్నో శిఖరాలతో, విమానాలతో వెలిసింది. ఈ వాతావరణం ప్రొఫెసరు నాకర్షించింది. ప్రతీ సాయంకాలం అక్కడనే తచ్చాడుతూ, స్నేహితులతో పిచ్చాపాటి చెప్పుకునేవాడు. కవిత్వం, విజ్ఞానం మున్నగు విషయాలను శిష్యులతో చర్చిస్తూ వుండేవాడు. తన భార్యకు తను తలపెట్టిన గృహ సంస్కరణలు నచ్చలేదు; నచ్చక ఊరుకుంటే బావుణ్ణు. లేనిపోని బెడదలకు తన మగడు పోతూన్నడని ఆవిడ చిర్రుబుర్రు లాడేది; సాధించేది. ఇంటికి యిప్పుడప్పుడే పోయి, గయ్యాళి భార్యతో గిల్లికజ్జా తెచ్చుకోడ మెందుకని, ప్రొఫెసరు బాగా చీకటి పడేవరకు, అక్కడనే షికారు తిరిగేవాడు. ఈ సమయంలోనే ఒక నిండు జవ్వని, అదే దేవాలయానికి వచ్చి స్వామిని దర్శించుకొనేది. ఆ పిల్ల సరళేనని తెలుసుకుని సంస్కర్తలంతా సంబరపడ్డారు. ఆ పిల్లలో యింతటి హఠాత్పరిణామం కలగడానికి హేతువు తమ ఉద్యమ ప్రభావమేనని గర్వించసాగారు. అనుమానమేమీ లేదు. తను చేసిన పాపాలకా అమ్మాయి పశ్చాత్తాప్పడుతోంది. వచ్చే జన్మలోనైనా సరళ, గౌరవప్రదమైన గృహిణిగా పుడుతుందని ఆశించారు కాని... హరి హరీ!... సరళ కెన్నటికీ ఆ తలంపే లేదనీ, ఆవిడ దేవాలయానికి రావడం ప్రొఫెసరును, అతని స్నేహితులను ఆకర్షించడానికేననీ, నేను చూచాయగా చెప్పవలసి వస్తున్నందుకు పాపం శమించుగాక!

ఒకనాటి సాయంకాలం, సూర్యుని బంగారు కాంతి చుట్టూ పడుతోంది. అందమైన మొఖమల్ వంటి ఊదారంగు చీరె కట్టుకుని, పసుపుపచ్చ సిల్కు ముసుగుతో, తళ తళ మెరిసే జరీ అంచుల మధ్య చూడ చక్కని చిన్నది దేవాలయానికి వచ్చింది. వచ్చి కొండ మెట్లు దాటుతూ, కిందకు చూసింది. "ఓహో! ఏ మా సౌందర్య రాశి!" ప్రొఫెసరుగారి ఆశ్చర్యం చూసి అంతా మౌనం వహించారు. "ఆహా! ప్రేమతో తొణికిసలాడే ఆ దృశ్యాన్ని రంగులలోకి మార్చాలంటే చిత్రకారుని కెంతటి ప్రతిభ కావాలి? అతని ఊహకు అందని దృశ్యమిది!" రంగనాధయ్యరు ఆనందం పట్టలేకపొయ్యాడు, ఉద్రేకం ఉప్పొంగుకు వచ్చింది. కూడా వున్న పండిత మిత్రులను ఉత్సాహపరచాలనే సంతోషంతో నాలుగు శ్లోకాలు

చదివి వినిపించేడు; వన దేవతల, నదీ కన్యల సౌందర్యాన్ని అభివర్ణిస్తూ వారిని అహ్లాద పరిచాడు. అతనేమో రసాయన శాస్త్రజ్ఞుడు. కెమిస్ట్రీకి సంబంధించిన పడికట్టు రాళ్ళవంటి సిద్ధాంతాలు, ఏవేవో అంకెలు, లెక్కలను అంటిపెట్టుకోలేక అతనిలాటి విషయాలలో దిగకూడదని నా అభిమతం. కాని ఆకర్షించే సౌందర్యరాసి, ఎదుట మసలుతోన్నపుడు కవి హృదయం వున్న ఎంతటి ఆజన్మ వేదాంతికయినా మనసు చెదరక తప్పదు.

ఇంతటి అందమైన మనిషి సంగతి పూర్తిగా తెలుసుకోవాలనే కుతూహలం రాను రాను అతనికి మిక్కుటమయింది. కుతూహలం కోరికగా మారింది. మనసు మనసులో లేదు. అతని ఆంతరాత్మ యిలా ప్రశ్నించింది:

'ఆవిడ ఎవరో తెలుసుకుందుకు నీ కెందుకా ఆరాటం?'

'ఎందుకేమిటి! సౌందర్యమన్నది స్తుతించ తగ్గదే. ఇందులో వచ్చే ప్రమాదమేముంది?' తనను తాను సముదాయించుకున్నాడు. అంతరాత్మ మళ్ళీ ఏమీ ప్రశ్నించలేదు. ఆ సాయంకాలమల్లా అక్కడే వుండిపోయాడు. గుడిలో స్వామివారికి పవళింపు సేవ అయిపోయిన తరువాత గుడి తలుపులు మూసి వేస్తారు. అంతవరకు ఆమెను చూద్దామనే ఆశతో అక్కడనే మాట్లాడుతూ వుండిపోయాడు. కాని ఆవిడ కనిపించలేదు.

నిరాశతో యింటివైపు దారితీశాడు. అంతా నిశ్శబ్దం. ఎవరు ఏమీ నోరు కదపడం లేదు. నడుస్తూ దారి మధ్య యిలా ప్రశ్నించుకున్నాడు: 'మళ్ళీ సోమవారం, ఆ పిల్ల కోవిలకి వస్తుందంటావా? రాదంటావా?'

'కబడ్దార్! పాపం పుణ్యం ప్రపంచంలో వున్నాయనే సంగతి స్మరించుకో' అంటూ అతన్ని హెచ్చరించినట్లయింది, గద్దించినట్టయింది అతని అంతరాత్మ. ఎక్కడలేని ఆత్మాభిమానం ముందుకు వచ్చి 'రంగనాధయ్యరు, యిలాటి మనఃచాంచల్యాల కతీతుడు!' అని సమాధానమిచ్చాడు.

మళ్ళీ సోమవారం వచ్చింది. మిత్రులను వెంటబెట్టుకొని ప్రొఫెసరు కొండమీదకు షికారు వెళ్ళేడు. ప్రకృతి నిశ్చలంగా వుంది. కళకూ, శిల్పానికీ గల భేదాలను వివరిస్తూ మాట్లాడుతున్నాడు. ఎదుట కొండ, దాని శిరస్సున కిరీటం వుంచినట్లున్న దేవాలయం ఎంతో కన్నుల వైకుంఠంగా వున్నాయి. "తిరిగీ ఆ సౌందర్యరాశి కంటికగుపిస్తే ఎంత బాగుండు"నని దేవాలయం వంక రెప్పవాల్చకుండా చూస్తున్నాడు. కాని వెంటనే అతని ఆత్మాభిమానం గాయపడ్డట్టయింది. మనోగర్వం అతిశయించింది. ఇలాంటివేవీ నేను లెక్కచేయమన్నా చేయననుకున్నాడు. "ఆమె ఎవరో తెలుసుకోవాలనే ఆసక్తి తప్ప దీనిలో దోషమేముంది?" అని ఎదురు ప్రశ్న వేసుకున్నాడు. కాస్సేపు అటూ ఇటూ చూచేసరికి సరళ ప్రత్యక్షమయింది. గుండెలదురుతున్నాయి. రెండు నిమిషాలపాటు కొండ శిఖరాన నించుని, సరళ అటూ ఇటూ చూచింది. దిగువను స్వర్ణలేఖా నది ప్రవహిస్తూ వచ్చి ఒక బండరాయి చుట్టూ సన్నగా చీలిపోయింది. ఆ బండిరాతి మీద మాట్లాడుతూ కూర్చున్న ప్రొఫెసరు, అతని మిత్రులు సరళకు కనిపించారు. సరళను చూసి అతనిక ఉండబట్టలేక పోయాడు. "ఆ చిన్నది ఎవరై వుంటుందయ్యా?" అని బైటకే అనేశాడు. అర్ధవంతమైన దృక్కులతో ఒకరినొకరు చూసుకుని మిత్రులు మౌనం వహించారు.

కంఠం సవరించుకుని అయ్యరు వర్డ్స్ వర్తు గీతం పాడుతూ ఉదహరించాడు:

"తొలుత నామె నా చూపుల దొరలు నపుడె
మగువ ఆనంద దివ్యమూర్తిగ స్ఫురించె!"

కన్నులు మూతలుపడి యోగనిద్రలో వున్నట్లనిపించింది. బౌద్ధ దేవాలయాలు ఆరామాలను గురించి ముచ్చటిస్తున్న వ్యక్తి హఠాత్తుగా ఆగిపోయాడు. ఎదురుగా నిలబడ్డ ఆ అందాల బరిణ ఎవరో తెలుసుకుంటేనే గాని ప్రాణం కుదుటపడదు; మనశ్శాంతి లేదు. మళ్ళీ ఉపన్యాసం సాగేటట్లు లేదు. అందువల్ల స్నేహితుడొకడు సాహసించి "అదా? అది వొట్టి వ్యభిచారిణి! పేరు సరళ." ఈ మాట విని గుండె నీరసించిపోయింది. "అంతటి అందమైన సూర్యతేజస్సు వెనక ఎంతటి అంధకారం?" అతని విభ్రాంతికి మేరలేదు. "పాపపంకిలమైన ఆ స్త్రీ పట్ల తన అమూల్య సౌందర్య సంపదనంతా వినియోగించే ప్రకృతి ఎంత అసంబద్ధం!"

హృదయం ఎందుకో నీరసించినట్లయింది. అతనిలో యేదో అస్పష్టమైన భావం ఉదయించింది. దూరంలో వినిపించే ధ్వనిలా వినిపించసాగింది. తలుచుకుంటే యీ భావం రమ్యంగా వున్నట్లుంది. మనసు కదో తృప్తినిస్తోంది. ఆశను కల్పించి ఉన్మాదిని చేస్తోంది. తనకు సరళ సునాయాసంగా లభిస్తే!..... ఈ భావం తనలో జనించి క్రమేపి జయిస్తున్నట్లు అతనికే తెలియడం లేదు.

## 3

సరళ! ఎంత అందాలరాశి! ఎవరో కాదు ప్రతిరోజూ విద్యార్థుల తీవ్ర విమర్శకు గురవుతోన్న పిల్ల. ఆ పిల్లను చూసినప్పట్నుంచీ, విశేషించి ఆవిడ సరళేనని తెలుసుకున్నది మొదలు, ప్రొఫెసరు మనసు అల్లకల్లోలమయింది. హృదయంలో సంఘర్షణ ప్రారంభ మయింది. గతించిన తన పసితనపు రోజులు చదువుకునే నాటి స్మృతులు జ్ఞప్తికి వచ్చాయి.

ఇల్లు విడిచి, పుట్టిన ఊరు వదలి, దూరంగా ఎక్కడో చదువు; ఏకాకి జీవితం; తెరిచింది మొదలు, మూసేవరకూ పుస్తకం మీదనే ఏకాగ్రత. తన చదువూ, తనూ తప్పిస్తే మరో ప్రపంచం కనిపించలేదు; వినబడలేదు. అయితేనేమీ, పరీక్షలలో క్లాసులు వచ్చాయి. జీవితంలో మంచి ఉద్యోగం లభించింది. నిక్షేపంలాంటి జీవితం. విద్యార్థిగా ఉంటున్నప్పుడు జీవితంలో ఒక్కొక్కసారి ప్రకృతిలో తన్మయీ భావం కలిగేది; ప్రకృతీ, జీవితం శృంగారమయంగా గోచరించేవి. ఈ శృంగార భావం యిట్టే పుట్టి అట్టే మాయమయేది. విజ్ఞాన శాస్త్రపాఠాల రోకటి పాట, ఉత్సాహం ఉడిగిన జీవితం, యీ తన్మయిభావాన్ని నశింపచేశాయి. సంఘ సంస్కరణ పోరాటాలను వేదికల మీదను, పత్రికలలోను కొనసాగిస్తూ ఖ్యాతినార్జింప జూచే హిందూ విద్యాధికుల ఆలోచనలనే అతని బుద్ధి నేటికీ అంటిపెట్టుకొని వుంది. గురువుల బోధలను యధాతథంగా నిజాలుగా స్వీకరించాడు. మద్రాసులో తనతో తిరిగే స్నేహితుల భావాలన్నీ అతనికి పథ్యంగా కనిపించసాగాయి. పుస్తకాలలోని 'రెడీమేడ్' అభిప్రాయాలను సిద్ధాంతాలుగా స్వీకరిస్తూ, ఆ ఆలోచనల వాతావరణంలో మసలుతున్నాడు.

ఇంతకు భిన్నమైన అభిరుచులను అతని జీవితం చవిచూడలేదు. కొన్ని సిద్ధాంతాలు, నమ్మకాలు ప్రొఫెసరనుకున్న మాట నిజమే. కాని అవి అనంతమైన జీవిత సంఘర్షణ నుంచి జనించినవి కావు. అందువల్ల బలీయమైనవి కావు. లేకుంటే భోగంపిల్ల సరళ కనిపించగానే, యిట్టే అతని మనస్సుకు 'ఎర' వేసినట్లవుతుందా! జీవితంలో సంఘర్షణ ప్రారంభమైంది. ఇది సంఘర్షణ మాత్రమే కాదు. నువ్వా, నేనా అని తేల్చుకోవలసిన పరీక్ష!

ఆమె మూర్తి కన్నులకు కట్టినట్లయింది. సరళ కోమల శరీరం క్షణ క్షణం అతని మనస్సును పీడిస్తున్నది. ఆలోచనలను వేధిస్తోంది. విశ్వాసాలను వమ్ము చేస్తోంది. 'సుందరమగు వస్తువు సతత మానందదాయకమగును' అని తను ఎక్కడో చదివిన రసాత్మక వాక్యం జ్ఞప్తికి వచ్చింది. ఈ ఆనంద జనక హేతువు, వొక భోగంపిల్ల అయితేనేమి? తను అనుకోకుండా, ఒక పిల్ల భోగం కులంలో జన్మించినంత మాత్రాన, మానవులు ఆమెను ఏవగించుకుని, నేరస్థురాలికి మల్లే శిక్షించవచ్చునా? లోకంలో అనేకమంది దురదృష్టవంతులున్నారు కదా, వారిని మనం కనికరిస్తున్నామా, లేదా? పోనీ వారికి మల్లే భోగంవారిని మానవులు ఎందుకు దయతో చూడకూడదు? అందులోనూ సరళ వంటి పిల్లను! ఇంతటి అందగత్తెను విచ్చలవిడిగా విహరించనిస్తే సంఘమూ పాడవుతుంది; ఆవిడా చెడిపోతుంది. అలాంటప్పుడు ఆమెను నిర్లక్ష్యం చేయకూడదు. ప్రేమను, కరుణను, తెలివిని చివరకు ధనాన్నయినా సరే ధారపోసి ఆమెను ఉద్ధరించాలి. భోగం పడుచుతో మాట్లాడితేనే మహా పాపం అనుకోవడం ఎంత తప్పు! సమాజ రుగ్మతలకు చికిత్స చేయ వలసిన డాక్టరు సంఘ సంస్కర్తే!

ఈసారి మళ్ళీ కనిపించింది సరళ. తెల్లని చీర కట్టుకుంది. చేతిలో వెండి పూల సజ్జ పట్టుకుంది. గుడిలోనికి వయ్యారంగా నడుస్తూ వెడుతోంది. కోవెలలో సరళ పూజ చేయించడం కోసం వెడుతోందని అతను ఊహించాడు. విగ్రహం దగ్గర యీపాటికి నిలబడి వుంటుందని భావించాడు. నిజంగా ఆమె ఎలా వుంటుందో! దూరపు కొండలు నునుపు. దగ్గిరకెడితే సరి మనిషి లోతుపాతులు, లోటుపాట్లు తెలిసి వస్తాయి. ఆమె కురూపి కావచ్చునేమో! ఆమె ముఖ భంగిమలు వికృతంగా కనిపించవచ్చును. దూరం అనేది వీటిని కప్పిపుచ్చుతుంది. ఆమె అందవికారంగా వుంటే తను చేయగలిగేదేమీ లేదు. అలా కాక అందంగా వుంటే!... ఆహా! ఆదర్శప్రాయమయిన అందం భోగంపిల్లలో వుండడం అసంభవం! అందమైనదనే సత్యం, మరుగుపరచలేనిది. ఇంతకీ ప్రయోజనమేమిటి? ఏది ఏమైనా యీ భోగం పడుచును సంస్కరించి తీరాలి.

భావాలను తరచుకుంటూ రంగనాథయ్యరు కొండమీదకు దారితీశాడు, దగ్గర దారిని కోవెల లోనికి అడుగుపెట్టాడు. భక్తులతో గుడి కోలాహలంగా వుంది. చోటు చేసుకొని, సరళకు కొంచెం పక్కగా నిలబడి చూస్తున్నాడు.

జీవితంలో ఒక భోగంపిల్ల పక్కను తను నిలబడడం యిదే తొలిసారి. మొహంఎత్తి సరళను చూసేసరికి చటుక్కున మూడు విషయాలు స్ఫురించాయి. మొదటిది: దేవతా స్త్రీల అందాన్ని సరళ పుణికి పుచ్చుకుంది. రెండోది: ఆమె దైవభక్తి అపారం, మూడో

విషయం: మహాశివుడు అర్ధనారీశ్వరుడై స్త్రీ పురుష సమాన హక్కులను లోకానికి చాటుతున్నాడు స్త్రీలూ, పురుషులూ సరిసమానమే! అందుకు అర్ధనారీశ్వరుడే సాక్షి. సరళ సహచర్య భాగ్యం లభిస్తే ఎంతో బాగుండును. ఆ ఆనందం అనుభవించాలనే కోరిక అతనిలో ఆశగా పరిణమించింది. ఆత్మను లతవలె అల్లుకుంది. అటువంటి మనోహర విగ్రహంలో ఏ క్రూరత్వమూ యిమిడి వుండదు. సరళలోనే దుష్టస్వభావం వుంటే ఆకాశంలో మెరిసే నక్షత్రాలలో కూడా స్వచ్ఛత లేదన్నమాట! సూర్యుని తేజస్సు చీకటి కావాలని దాని అర్థం! ఉదారతాజనకమైన ఆమె సౌందర్యం నిర్మలానందమయం, దాని నింకా ఉదాత్తంగా గంభీరమైనదిగా మార్చడమే మానవ కర్తవ్యం.

నాటి రాత్రి అతనికి నిద్రపట్టలేదు. రాత్రంతా శివరాత్రిలా గడుపుతూ ఎన్నెన్నో ఊహలతో, భోగం పిల్లలను ఎలా సంస్కరించాలనే ఆలోచనలతో పథకాలనువేస్తూ బిత్తరపోయాడు. నిజపత్ని జ్ఞప్తికి వచ్చింది. ఆమెను ప్రేమించడం అతని ధర్మం. పుట్టింటికి పంపించమని తనను ఎంతో యిదిగా కోరుతూంది. ఎన్నాళ్ళయిందో పాపం, ఆవిడ పుట్టింటికి వెళ్ళి! పంపిద్దామంటే దూరం కదా! దూరమయినా, భారమైనా సరే, ఈ సారి పంపించివేయాలి. తప్పదనుకున్నాడు.

ఆ మర్నాటి ఉదయం కాలేజీలో ప్రిన్సిపాల్‌గారిని కలుసుకున్నాడు. ఆయనతో మాట్లాడుతూ, 'పడుపు వృత్తిని అరికట్టడ మెలాగ' అనే విషయం ప్రస్తావించాడు. బస్తీలో తన తమ్ముడున్నాడు. అతనికి యీ విషయమై ఒక సభను ఏర్పరచవలసినదిగా ఉత్తరం రాద్దామన్నాడు. ఆ సభలో 'విముక్తి సైన్యాన్ని' దళాలుగా నిర్మించుకోవచ్చును. ఈ లోపున కొన్ని ప్రయోగాలు, పరిశోధనలు స్థానికంగా చేసి చూసుకోవచ్చును.

"సమాజానికి అతి ప్రమాదకరంగా పరిణమించిన భోగం పిల్లను చూసి కొంత పరీక్షిస్తాను."

"ఎవరినీ? భోగం పిల్లనా" గతుక్కుమని ప్రిన్సిపాల్ ప్రశ్నించారు.

"అవును."

"సరళనేనా?"

"పోనీ ప్రయత్నించి చూస్తాను!"

"మనోవికారాలకు లోను కాకూడదు ప్రొఫెసర్! మనలాటి వాళ్ళం ఆకర్షణల దరిదాపులకైనా పోరాదు. మంచివాళ్ళ కీ పద్ధతి మరీ మంచిది."

ప్రొఫెసరు గారి మోము వివర్ణమైపోయింది. రోషం గొంతుకలో ప్రతిధ్వనించింది.

"నా దారిని ఎంతటి విషయలోలుడు అనుసరించినా మారక మానడు."

ఇంతకాలం నుంచీ ఆయనను ప్రిన్సిపాల్‌గారు, తన సోదరునివలె అభిమానిస్తున్నారు. కన్న కొడుకులా ప్రేమిస్తున్నారు. ప్రొఫెసరుది రసార్ద్ర హృదయం. ఏం ప్రమాదం కొని తెచ్చి పెడుతుందోనని ప్రిన్సిపాల్‌గారి భయం.

"ప్రమాదాలేమీ రాకూడదని ఆశిస్తున్నాను. నీ ప్రయత్నం సఫలమగుగాక!"

రంగనాధయ్యరుకీ ఆశీర్వచనాలు, హెచ్చరికలుగా కనిపించి, మనసు గిల్లినట్టయింది. చికాకు పుట్టుకొచ్చింది! ఆత్మగౌరవం గాయపడ్డట్లు ఫీలయాడు. పతితుల నుద్ధరించాలనే పై పై ఆలోచనల మధ్య నిగూఢమైన ఒక కోరిక అతనికి తెలియకుండానే పుట్టుకొచ్చింది! ఆ యిచ్ఛ బలంగా పెరిగి సరళవైపు ప్రవాహంలా పరుగులు తీసింది.

తనకు ప్రత్యామ్నాయంగా ఎవరినైనా యీ సత్కార్య సాధనకు వినియోగించుకోవాలి. ఈ తలంపు అతని కెంతో ఊరట కలిగించింది.

## 4

ఈ రాచకార్యాన్ని చదరంగంగా నడిపించగల యుగంధరులెవరు? వరస వరసనే మిత్రులను స్మరణకు తెచ్చుకోగా, విశ్వనాధశాస్త్రి మనసుకు తట్టేడు. అతను మంచి పండితుడు. సమయా సమయాలనుబట్టి జాగ్రత్తతో మెలగవలసిన మనిషి ఎదుటవారి అభిప్రాయాలు, అవి ఎంత అవకతవకగా వున్నాసరే- ఇట్టే ఆమోదిస్తూ తెలివైనవాడని ప్రఖ్యాతిని సంపాదించాడు. ఆంగ్ల విద్యాధికులతో సరిసమానంగా మసలుతున్నాడు. అన్నింటికీ అవునంటూనే, తన పని కొనసాగించుకో గల ఘనాపాఠి. ఇతనే తన “విముక్తి సైన్యానికి” ప్రప్రథమ సైనికుడు. విశ్వనాధశాస్త్రిని రిక్రూటు చేస్తే తన పని సుగమమవుతుందని ప్రొఫెసరు ఉబలాటపడుతున్నాడు. కాని యిదంతా విన్న శాస్త్రికి యీ ప్రణాళిక ఎందుకూ కొరగాదనిపించింది. రంగనాధయ్యరు వంటి వెర్రిమాలోకపు మనిషి ఎక్కడైనా వున్నాడా! అయితే చేజిక్కిన వ్యవహారమా, చేజిక్కని వ్యవహారమా అని శాస్త్రి ఆలోచించుకోసాగాడు. డబ్బుతో కూడిన వ్యవహారం. డబ్బు చేదా? గలగలమంటూ అది చేతిలో పడితే శాస్త్రి సాధించలేని పని లేదు. ఎంతటి విరుద్ధ మతమైనా శాస్త్ర సమ్మతమేనని సమర్థించగల పండితుడు. గ్రంథాల నుంచి అనేక సూత్రాలను, యుక్తులను ఎత్తి చూపిస్తూన ప్రమాణంగా తన వాదనను నిరూపించుకోగలడు. వేదాలు బ్రహ్మ సృష్టికాదనీ, కేవలం మానవ ప్రోక్తములేననీ ఏనాడో అంగీకరించాడు. పురాణాలు వట్టి అభూత కల్పనలేనని తేల్చివేశాడు. మానవ పరిణామవాదంలో తనకు గల నమ్మకాన్ని నలుగురిలోనూ ప్రకటించుకున్నాడు కాని మనిషినీ, కోతినీ ఒకే వంశ వృక్షాని కెక్కించడం అతనికి వింతనిపించి, తనలో తాను నవ్వుకున్నాడు.

భోగం వృత్తి నిర్మూలింపబడాలనే వాదన ఎలాగో ఒక లాగ అతనికి నచ్చింది. ఉద్యమం నలుమూలలా విస్తరించవలసిందే. దేశంలో సానివాళ్ళుండకూడదు. ముందుకు ఉరకలు వేసిపోతున్న నాగరికతకు, వేశ్యల ఉనికి ఆటంకం. ఈ ఆటంకాన్ని తొలగించేందుకు, ప్రచారం అవసరం.

ఒక శుభదినాన్న ఈ పవిత్ర ప్రచార భారం శాస్త్రి మీదకు వచ్చిపడింది. అంతటితో సంఘ సంస్కరణ కుపక్రమించాడు. నవజీవిత గృహ ప్రవేశం చూస్తూనే, ఏభయి రూపాయిల సంభావన పుచ్చుకున్నాడు. తనకు ప్రొఫెసరెందుకింత మొత్తం యిస్తున్నాడనే సంశయం శాస్త్రికి కలగక పోలేదు. సంఘ సంస్కరణకంటే యిందులో ఏదో స్వార్థం వుండకపోతే యింత పెద్ద మొత్తం ఎందుకిస్తాడు!

రెండు వారాలపాటు సరళకు శాస్త్రి భగవద్గీత చదివి వ్యాఖ్యానం చెప్పాడు. స్త్రీల పాతివ్రత్యాలను చాటే పురాణ ఘట్టాలను యిద్దరూకలిసి చదివారు. కాని యీ రెండు వారాల శ్రమ వట్టి నిష్ఫలమైంది. భోగం సమస్య మీద జరిగే చర్చలలో ఆమెదే పైచేయిగా కనిపించింది.

"ఆవిడవన్నీ యక్షప్రశ్నలండీ! 'చంద్ర వంశపు రాజుల నెత్తురు, సానివాళ్ళదే కదటండీ' అని ఆవిడడిగే సరికి నా నోరు మూత పడిపోయిందంటే నమ్మండి."

"అయితే ఏం జవాబిచ్చారు?"

"పురాణాలన్నీ అబద్ధాలనీ, మర్కటాల నుంచి మానవులు కలిగేరనే పరిణామ వాదమే నిజమనీ, చెప్పేద్దామనుకున్నాను! కాని ఊరుకున్నాను."

కొంచెం తటపటాయించుకుని శాస్త్రి, ప్రొఫెసరు కేసి చూస్తూ:

"ఆ పరిణామ వాదం ప్రకారం వార కాంతలకు సమాజంలో స్థానం లేదని రుజువు చేద్దామని నా తాపత్రయం."

"దాని జోలికి ఇప్పుడప్పుడే పోకండి, కోతులతో ఉపన్యాసం ప్రారంభిస్తే అల్లరి పాలవుతుంది వ్యవహారం."

"అయితే ఏమిటి సాధనం?"

"కాస్తైనా లోకజ్ఞానం వుంటేనే తప్ప పరిణామవాదం సులువుగా బోధపడదు. ముందు కాసిన్ని పిట్ట కథలు చెప్పి ఆకర్షించరాదూ?"

"ఆ పని చెప్పడానికి సులువే. చేయడం కష్టం. మీలా నేను యింగ్లీషు చదువుకోలేదాయె! సరళతో మహా చిక్కు. ఆవిడ తలలో అన్నీ సందేహాలే, సరస్సులో వికసించే వసంతకాలపు పద్మాల్లా."

కొన్ని వారాలు గడిచిపోయాయి. సరళకు తనవల్ల పాండిత్యమే అబ్బుతున్నది కాని, అన్యథా మార్పేమీ కలగడం లేదు. శాస్త్రికిది మనస్తాపం కలిగించింది. ఈమెను ఎవరు మార్చగలరు? ఒకే ఒకడు, యీమెను మార్చగలిగే వాడున్నాడు. అతనే పవిత్రురాలినిగా చేయగలడు. కాని యీ పనిని చేసేందు కతను జంకుతాడా? సరళ అతనిని గౌరవిస్తున్నది. ప్రేమిస్తున్నది. సరళపట్ల ఎవరూ లోకంలో తీసుకోని ఆసక్తిని అతను ప్రదర్శిస్తున్నాడు. అందుకే అతనంటే ఆమెకు ప్రేమ, అతని పెదవుల నుండి ఒక మాట జారిపడితే చాలును, ఆమె మారిపోతుంది. తప్పదు!

విశ్వనాధశాస్త్రి సరళ యింటికి వెళ్ళినప్పట్నుంచి ఆవిడ కోవెలకు రావడం మానివేసింది. ఇది రంగనాధయ్యగారుకు విచిత్ర మనిపించింది. నది ఒడ్డుకు వారం వారం షికారుకు వెడుతున్నాడు. సరళ దర్శనం దుర్లభమయింది. ఇదంతా శాస్త్రి గురుత్వ ప్రభావమే ననుకున్నాడు. ఇక శాస్త్రి ఆమెను మార్చేదేమిటి, వున్న ఆ కాస్త దైవభక్తి సరళలో పోతోన్న తరవాత! తనే స్వయంగా వెళ్ళి బుజ్జగించి లోకపు తీరూ తెన్నూ బోధించి ఆమె నొక గృహిణిగా ఎందుకు మార్చకూడదూ? అతనిలో ఈ ఆలోచన లేచేసరికి, ఎదురుగా శాస్త్రి వచ్చి 'చేయవచ్చును కాని నువ్వు నైతికంగా పిరికివాడివి!'

అన్నట్లయింది. ఉద్యమమే ఉదాత్తమైన దయినపుడు, జంకుదేనికి? రహస్యం ఎందుకు? సోక్రటీస్ నిర్భయంగా స్త్రీలతో మాట్లాడేవాడు కాదా? వెలయాలు కదా అని చెప్పి, ఆమె ఆహ్వానాన్ని బుద్ధుడు తిరస్కరించేడు కనుకనా! మానవుల అవస్థలను తెలుసుకోవాలంటే వారితో లీనమైపోవాలి. కవులు కలిసి పోవాలి. కవులకీ విశేషాధికారం వుంది. జీవితాన్ని పరిపూర్ణంగా పరిశీలించాలనే కోరిక న్యాయమైనది.

ఇంతవరకూ అతను సంశయవాదే; దేవుడు వున్నాడా లేడా అనే తర్కంతో పరిశోధిస్తున్నాడు. కాని ఈసారి దేవుడున్నాడనే నమ్మకం కొద్దికొద్దిగా కలగనారంభించింది. పూర్వపు నమ్మకం మెల్లిమెల్లిగా సడలిపోతూంది. ఆత్మ, పరమాత్మ. జీవుడికి వేరే లోకం వున్నాయి. సాజాత్యంవున్న జీవుళ్ళ మధ్య అద్భుతాకర్షణ వుండి వుండాలి. మహా ఉద్రేకం, ఈశ్వర ప్రేరేపితమైన ఉద్రేకం, బ్రౌనింగ్ మహాకవిని అవేశించింది! అందుకే నిజమైన ప్రేమ ఎన్నటికీ వ్యర్థం కాబోదని ఆలాపించాడు. ఇది గంభీర సత్యమే.

రంగనాధయ్యరు విచిత్రమైన మనస్తత్వంలో పడి కొట్టుకుంటున్నాడు. విజ్ఞాన శాస్త్రాభ్యాసం, సంశయ నివృత్తికి మారు, సందేహాలను కలిగిస్తోంది. సంశయాల మబ్బు తెర కళ్ళకు కమ్ముకు వస్తోంది. కూడని అనుభవాల ఆనందం కోసం తాపత్రయ పడుతూ, మోసగిస్తోంది. ప్రతిఘటింప వీలులేని, అత్యంత ఆకర్షణీయమైన వస్తువేదో తనను దగ్గరకు లాగుకుంటున్నది. దీనికి గల హేతువేమిటి! ఆలోచించి చూస్తే ఆకర్షణ అర్థం లేనిదికదా! అడుగడుగునా యిదే తర్కం అతన్ని పీడిస్తోంది, దుఃఖ పెడుతోంది, విసిగిస్తోంది.

## 5

క్రిస్టమస్ సెలవులు వచ్చాయి. 'పీ' అనే పట్టణంలో సంఘ సంస్కారులు సభ జరుపుకుంటున్నారు. అందులో రంగనాధయ్యర్ పడుపు వృత్తి మీద, ప్రధానమైన తీర్మానమొకటి ప్రతిపాదించవలసి వుంది. కానైతే ఆయన యీ మీటింగులకు హాజరు కాలేకపోయాడు. కేలం లేబరేటరీలో కూర్చుని ఏకాంత వాసం చేస్తున్నాడు. ఎలక్ట్రిసిటీ మీద ప్రయోగాలు చేస్తూ తనను తానే మరచిపోతున్నాడు. రోజుల తరబడీ యిదే పరిశోధన.

ఒకనాటి సాయంకాలం, చేసిన ప్రయోగం చూసుకుంటూ, సంతోషం పట్టలేక పోయాడు. అతని వదనం ఉజ్జ్వలంగా వుంది. కనులలో సంతృప్తి వెల్లివిరుస్తోంది. అందరూ కోరదగిన పరిశోధన విజయవంతంగా ముగియవచ్చింది! ఆనందంతో, ఆవేశంతో, కుర్చీ మీద చతికిలపడ్డాడు. ఎదురుగా బెంచీ మీద ఒక చక్కని ముద్దులొలికే పిల్ల కూర్చుని వుంది. ఆ పిల్లవి నల్లని కళ్ళు, గాలి కెగిరే ఉంగరాల జుత్తు, అప్పుడే కనుచీకటి పడుతోంది, ఎదురుగా వున్న దెవరని చూశాడు. ఏదో భ్రమ తప్పితే మరేమీ లేదు. కళ్ళు నులుపుకుని మళ్ళీ చూశాడు. భ్రమ కాదు. నున్నగా జారిపడుతూ ఉంగరాల జుత్తుతో వున్న అతి చక్కని చిన్నది! ఆ పిల్లను చూడగానే, కవితావేశం ఉప్పొంగి యింగ్లీషులో పాడడ మారంభించాడు:

"ప్రేమయన్నది అసలె తెలియదు

ముద్దులొలికే పసిపాపకు!

చావె, మేలని ప్రేమ కన్నను

కొంచెమైనను తెలియదాయెను!"

పాట ఆపి బాలికను సమీపించి యీ యింగ్లీషులోనే, ఆమె కర్థమవుతుందనే కాబోలు. ప్రశ్నించాడు:

"ఇక్కడ నీకున్న పనేమిటి పిల్లా?" ఆ పిల్ల బిత్తరపోయింది. ఇదేమీ పట్టించుకోకుండా "ఇంద్రలోకం నుంచి అమృతం తెచ్చావా? నరకం నుంచి యమపాశం తెచ్చావా?" ఆ చిన్న పిల్ల మరీ గాభరా పడసాగింది. వణకుతూ అతని చేతికొక ఉత్తరం అందిస్తూ "ఇది మా అక్కయ్య....." అని ఆగింది. ఉత్తరం అందుకుని చూసుకున్నాడు.

"నువ్వు సరళ చెల్లెలివా?"

"అవును."

"పేరూ?

"తరళ."

"తరళా?"

రంగనాధయ్యారు ఉత్తరం లోలోపలే చదువుకోసాగాడు. దస్తూరీ ముత్యాల సరాల వలె వుంది. ఉత్తరంలో సరళ రెండు సంస్కృత శ్లోకాలను రాసింది. రమ్యార్థ ప్రతిపాదకాలయిన ఆ శ్లోకాలు ఆగాధాలలోనికి దారి చూపిస్తున్నాయి. చదువుకొన్నాడు. మళ్ళీ మళ్ళీ. అర్థం చెమత్కారంగా వున్నట్టు తోచింది, "చంద్ర కాంతిని ఆస్వాదించే చకోరం యితరమైన ఖాద్యాలను తిరస్కరిస్తుంది. కాని అయ్యో మేఘ పంక్తులు రేరాజును కప్పివేశాయి. మిణుగురు పురుగు 'నేనే నీకానంద మిస్తాను, ఇక్కడే వున్నాను' అని నిశతో చెపుతున్నది కాని రాత్రి ఓదార్చబడలేదు. ఆమె చంద్రుని కోసం నిరీక్షిస్తోంది. చంద్రు డొకడే ఆమె చీకటులను తరిమి కొట్టగలడు."

ఈ శ్లోకాలలో వున్న తాత్పర్యం అతని హృదయాన్ని కరిగించివేసింది. సరళ ఆత్మ ఈ లేఖలో యిమిడి వుంది. ఆమె ఆత్మ, ఆమె దేహం కంటె సుందరమైనది, నిర్మలమైంది, ఉజ్జ్వల తేజోమయం. ఒక నీచ కులంలో జనించిన స్త్రీలో యింతటి దేవతా స్త్రీల లక్షణాలుండడం ఆశ్చర్యం!

"నీ పేరెవరమ్మా? తరళే కదూ! తరళా ! నీ కింగ్లీషొచ్చునా?"

"కొద్దిగానండీ!"

"స్కూల్లోనే చదువుతున్నావా?"

"అవును."

ఈ సమాధానం విని రంగనాధయ్యారు మొదట కొంచెం ఆశ్చర్యపడ్డాడు. సాని పిల్లలకు గరల్స్ స్కూల్లో ఎలా ప్రవేశం కలిగిందని అతని సంశయం! అహఁ! యిందులో ఏముందీ, తను గర్భగుడిలా చూసుకుంటూన్న లేబరేటరీ లోనికి ఆ పిల్ల ఎంత నిర్భయంగా

దాడి చేసింది? ఇంక స్కూల్లో ప్రవేశించడమంటే వింతేముంది! సరళ చిట్టి చెల్లెలు యిక్కడికి రావడమే గొప్ప! ఆ పిల్లకు స్వాగతం! తను ఇంగ్లీషులో మాట్లాడితే ఆ పిల్లకు అర్థం కాకపోవచ్చును. తెలుగులోనే ప్రశ్నించాడు.

"ఈ రహస్యం ఏ మాత్రం బయట పొక్కనీయకేం?"

"అలా అనే చెప్పి నన్ను పంపించారండీ!"

"చాలా మంచి పిల్లవి! మీ అక్కతో ఈవాళ వస్తానని చెప్పేం, వచ్చి నాలుగు విషయాలూ బోధిస్తానని చెప్పు."

"అలాగే సార్!"

"అచ్చా! మీ అక్కతో నాకు పనుంది. ఎవర్నీ రానీయవద్దు, ఆఖరికి మీ అమ్మను కూడా."

"ఎవర్నీ రానీయఁవండీ! మీరొక్కరే మాట్లాడుదురుగాని."

"అదేమరి! నువ్వూ సరళా తప్ప మరెవ్వరూ వుండొద్దు."

అలాగేనని తరళ బుర్రూపుతూ వెళ్ళిపోయింది. ఆ సాయంకాలం రంగనాధయ్యరుకి సంతాపమూ కలిగింది. ఉల్లాసమూ పుట్టింది. సరళ యింటికి వస్తానని వాగ్దానం యిచ్చేటంతటి అలసత్వం ఎందుకు కలిగింది? ఏమిటీ దౌర్భాగ్యమని కాస్సేపు చికాకు పడ్డాడు. తానొక ఘనకార్యార్థం ప్రాణాలను అర్పించే మహా త్యాగిగా భావించుకున్నాడు. సరళతో ఐక్యత కోసం, స్వర్గానందం కోసం, దేనినైనా సరే త్యజించాలి. జీవితంలో ఏది శాశ్వతం? నిర్మలమైన ప్రేమ పవిత్రమైనది. ప్రేమికుల హృదయాలమధ్య తన క్రూర సంప్రదాయాలతో, ప్రపంచం అడ్డుగా నిలబడుతోంది. సమాజం పుట్టిన దాది, ఇదే పద్ధతి. సాటి ఆత్మకోసం, హృదయం పరితపిస్తుంది! పెరిక్లెస్సు పాపం! ఎస్టేసియా వంటి దేవత కోసం పరితపించిపోయాడు.. కాని ప్రపంచం, ఆహా! ఆ ప్రేమికుల హృదయాలను వేరు చేసింది. మానవుల ఆనందాన్ని చూసి గ్రీకు దేవతలకంటె కూడా, అధికంగా యీ లోకం కళ్ళు కుట్టుకుంటున్నది. ఎంత చూడలేనితనం!

## 6

చీకటి పడింది. చిన్నచిన్న తుంపరులు పడుతున్నాయి. మాటు మణగింది. వీధులు నిశ్శబ్దంగా వున్నాయి. సందులన్నీ దాటి చుట్టు దారిని అయ్యరు, సరళ యింటికి వెడుతున్నాడు. ఆవిడ యింటిముందు ప్రత్యేకంగా చైర్మన్ స్నేహితుడు వేయించిన వీధిలాంతరు వెలుగుతోంది. ఆ ఇంటి క్రీనీడలో నించున్నాడు. ఎవరైనా చూస్తారేమోనని గుండె బితుకుబితుకులాడుతోంది. నరాలు జివ్వుజివ్వున లాగివేస్తున్నాయి. వీధిలాంతరు దెయ్యంలా చూస్తోంది, ఎన్నడూ దేనికీ అదరని గుండె ఝల్లుమంది. తొందరగా యింటికి పోవడం మంచిదేమో అనుకున్నాడు. ఎందుకొచ్చిన గొడవ. హాయిగా యింటికి పోయి పడుకోక?... ఇంత దూరమూ వచ్చాక తీరా చేసి, యింటికి రిక్తహస్తాలతో వెళ్ళిపోవడమా? ఇంట్లోకి వెళ్ళి ధైర్యంగా ఆమెతో మాట్లాడితే వచ్చే ప్రమాదమేముంది?

అతని హృదయం ఉయ్యాలలా అటూ ఇటూ ఊగుతోంది. చీడీ మెట్లు గబగబ ఎక్కి, సంశయంతో గిరుక్కున వెనక్కి తిరిగి దిగిపోతున్నాడు. ఇంటికి తిరుగు మొహం పట్టాడు. నాలుగడుగులు వేసేసరికి వెనక ఎవరో పిలిచినట్లయింది. అవును, ఆ గొంతు సరళ చెల్లెలు తరళదల్లే వుంది. అతన్ని పిలుస్తూ చనువుగా వచ్చి దగ్గరగా నిలబడింది. ఇంతసేపూ పడ్డ గాభరాను చూసి యీ చిన్నది తన నొక పిచ్చివాడి కింద జమకట్టదు కదా! ఆ పిల్ల చలాకీగా మాట్లాడుతూ లోనికి తీసుకెళ్ళింది. మేడమెట్లు చూపించింది. ప్రొఫెసరు మేడమెట్లు ఎక్కుతూంటే, గదిలోంచి గుప్పున పూల వాసన కొట్టింది. అగరు ధూపం అలముకుంది. వింత వింత పరిమళాలు స్వాగతమిస్తున్నట్లనిపించింది. స్వాగత మందుకుని, రెండవ అంతస్థులోనికి వెళ్ళేసరికి పుగాకు వాసన, సారాయి కంపు ముక్కు పుటాలను బద్దలుకొట్ట సాగింది. శరీరమంతా వణుకుతోంది. హాలులో ఒకమూల ఆయిల్ లాంపు వెలుగుతోంది. బీరువాలు, సోఫాలు, కుర్చీలు గదికి నిండుగా వున్నాయి. అలంకరణ కొంత పాతకాలపుది. మరికొంత యీ కాలపుది. రవివర్మ రంగు రంగుల పటాలు, తంజావూరు నాయక రాజులనాటి పౌరాణిక చిత్తరువులు గోడకు వ్రేల్లాడుతున్నాయి. ఈ అధునాతన శతాబ్దంలో వుండతగని అవి ఎంతో అనాగరికంగా వున్నాయి. గోడల పొడవునా అక్కడక్కడ నగిషీ చెక్కిన గూళ్ళు వున్నాయి. వాటిలో కర్ర, లక్క, పోర్సిలీను బొమ్మలు, వస్తువులు చిందరవందరగా పడివున్నాయి. మచిలీలో తయారైన సన్నని తెల్లని బట్ట సీలింగుకు కప్పబడివుంది. దానిమీద కృష్ణుని రాసక్రీడ చిత్రితం; రంగురంగుల గ్లోబులు, జిగజిగమనే గాజు వస్తువులు సీలింగు నుంచి వేల్లాడుతున్నాయి, పెద్ద చందనపు పందిరి పట్టె మంచం హాలులో ఒక మూలను ఆక్రమించుకుంది. దానిమీద విలువైన దుప్పట్లు, పరుపులు పరిచి వున్నాయి. నేలమీద అరిగిపోయిన ఏలూరు తివాసీ వుంది. తివాసీ మీద గీసిన అగ్గిపుల్లలు, సిగరెట్టు పీకలు, గ్లాసులు, హుక్కాగొట్టాలు, కిల్లీ ముక్కలు, పీకదానలు చిందరవందరగా కనిపిస్తున్నాయి. ఏహ్యమైన ఈ గది వాతావరణం అతనికెంతో జుగుప్సను కలిగించింది. 'తరతరాల నుంచీ, పాప పంకిలమైన అతి నీచపు కామకృత్యాల కిది నిలయం. లెక్కలేని జీవితాలను నాశనంచేసి పొట్టను పెట్టుకున్న ఈ గది కంటె అపవిత్రమైన స్థలం యింకొకచోట వేరే వుంటుందా? ఇక్కడ జీవిస్తూనే సరళ ఉదాత్తతను ఎలా కాపాడుకోగలిగింది? ఇంతకీ నేను దుస్సాధ్యమైన కార్యాన్ని సాధించ బూనడం లేదు కదా!'

రంగనాథయ్యరు సరళ చెల్లెల్ని " ఈ నరక కూపంలో మీరెల గడుపుకొస్తున్నారమ్మా!" అని అడిగేడు.

"కాదండీ! ఇది మా అమ్మ పడక గది!" అమాయకంగా తరళ జవాబిచ్చింది.

"ఇందులో ఆశ్చర్యం లేదులే! ఈ మురికి కూపంలోంచి త్వరగా అవతలకి తీసుకెళుదూ తల్లీ!" ఈ మాట విని ఆ పిల్ల చర చర హాలులోంచి నడిచి వెళ్ళి తలుపు తెరిచింది, "ఇలా రండి. ఇటే ఇటే."

# 7

సరళ గదిలోనికి వెడుతూ రంగనాధయ్యారు "హమ్మయ్య! నరకంలోంచి స్వర్గానికి" అన్నాడు. అతను చూసిన మొదటి గదికీ, దీనికీ ఎంతో వ్యత్యాసముంది. గోడలు అందంగా అద్దంలా మెరుస్తున్నాయి. గదికి నాలుగు ద్వారాలు, ఆరు పెద్ద కిటికీలు వుండడం వలన గాలి విస్తారంగా లోనికి వీస్తోంది. డోము వేసిన పెట్రోమాక్సులైటు, వెన్నెలలా గది నిండా కాంతి వెదజల్లుతోంది. ద్వార బంధాలకు మామిడి తోరణాలు, బంతిపూల దండలు వింత శోభనిస్తున్నాయి. గదిలో తెల్లని మార్బుల్ బల్ల వుంది. దాని మీద అప్పుడే ఎగిరి వచ్చి వాలిందా అన్నట్లు ఒక ఎనామిల్ నెమలి విగ్రహం. పింఛం విప్పుకొని, పింఛంలో నుంచి పూదొత్తుల వాసనలను గదంతా నింపుతోంది. పెయింటింగులు, రామాయణ, భారత కథలకు చెందిన చిత్రాలు, ప్రపంచ ప్రముఖుల, సంఘసంస్కర్తల, కాంగ్రెసు నాయకుల ఫోటోలు గది నలంకరించాయి. గోడలకు రెండు నిలువుటద్దాలు అమర్చబడి గది శోభను ద్విగుణీకృతం చేస్తున్నవి. గది మధ్యను పెద్ద సోఫా, దాని చుట్టూ కుషన్ కుర్చీలు, పడుకునే మంచాలు వున్నాయి. ఓక్ కర్రతో చేయబడి పాలిష్ చేసిన రివాల్వింగ్ బుక్కు కేసొకటి వుంది. దాని మీద మహా మేధావుల, ప్రపంచ వీరుల బస్టులు వున్నాయి. కిటికీ వద్ద నల్లని బల్ల వుంది. దాని మీద ఒక వీణ, గులాబీ పూల మధ్యను వుంచబడింది. రంగనాధయ్యారు అటు చూశాడు. ఆశ్చర్యం! తన ఫోటో, బల్ల మీద కనిపించింది. 'ఈ సొగసులాడి మనసును వశపరచుకునే ఆకర్షణ ఈ రంగనాధయ్యారులో ఏమున్నదనీ?' అని ప్రశ్నించుకున్నాడు. 'నాలో వున్న అందం కాదు. కాని నాలో మేధాశక్తి ఆవిడ మనసును పట్టుకుని వుంటుంది. ప్రేమ ద్వారాలను ప్రేమే తెరవాలి. పాపం! సరళ వెర్రిపిల్ల. ఒకరి అభిమానాన్ని ఎరగదు. ప్రేమను కూడా....'

ప్రక్క హాలులోంచి ఎవరిదో బరువైన పాద ధ్వని వినిపించి అటు తిరిగి చూశాడు. ఎవరూ రావడం లేదు. తలుపులు చప్పుడు కాకుండా మూసి వేశాడు. 'అవతల హాలులో అనాగరికత, వికృతం, జుగుప్స; ఇవతల గదిలో సౌందర్య కళామయ నైర్మల్య వాతావరణం; ప్రకృతిలో ద్వంద్వ శక్తుల సంపుటీకరణ యిక్కడే గోచరిస్తోంది' అనుకుంటూ తరళను పిలిచాడు.

"ఆ తలుపులు వేసేద్దూ. నీకు పుణ్యం వుంటుంది. కంపు చంపుకు తింటోంది."

"సృష్టిలో ఆనాది నుంచీ పాపం, పుణ్యం ఒక దాని ప్రక్క యింకొకటి వుంటూనే వున్నాయి" అనే జవాబు వినవచ్చింది. అయ్యారు నిర్ఘాంత పడ్డాడు. చిన్న పిల్లలకు యింతటి బరువైన మాటలే!... కొంచెం ఆగి చూసేసరికి సరళ ప్రత్యక్షమయింది.

తగు మాత్రపు అలంకారాలు ఆమె అభిరుచిని గొప్పదని వ్యక్తం చేస్తున్నాయి. వస్తూనే సరళ నమస్కరించి, కూర్చోండని అతనికి కూర్చీ చూపించింది. అతను కూర్చోగానే తరళ బయటకు వెళ్ళిపోయింది. సరళ ముందుకు వచ్చి, ఎదురుగా వున్న బల్లమీదకు వంగి, మోచేతులాన్చి, చేతులమీద మొహం పెట్టుకుని నిలబడి చూస్తోంది. ఆవిడ అందాన్నే తాగేస్తున్నాడా అన్నట్లు అతనూ తదేక దీక్షతో ఆమె వంక చూస్తున్నాడు. సరళ సిగ్గుతో తల వొంచుకుంది. కాలి బొటనవేలితో నేల రాస్తోంది. తను అలా చూడడం

మొరటుతనమని అతనికి గుర్తింపుకు రాలేదు. సరళ కనిపించగానే, యింతకు ముందు తాను తయారు చేస్తున్న ఉపన్యాసం మర్చిపోయాడు. ఇపుడాతనికి ఒక్కటే కోరిక. లలితమైన ఆమె పెదవుల మీద అచ్చు వేసినట్లు ఒక ముద్దు పెట్టుకుంటే, ఎవరడ్డుతారు?

ఎంతో కష్టం మీద కోరికను లోపలనే అణచుకున్నాడు. సరళ అనిన ఆఖరు మాటలకు జ్ఞప్తికి తెచ్చుకుంటూ "అదంతా నిజమే! కాని అవినీతి కోరదగినదేనా? మీరు చెప్పినట్లు నీతి పక్కనే అవినీతి నిల్చివున్నదీ అంటే, దాన్ని చూసి సహించమని కాదు. పూర్తిగా నిర్మూలించమని."

"మీ వంటి విజ్ఞానుల ముందర, మాబోటి అజ్ఞానులం నోరు మెదపగలమా?"

"నోరు మెదపలేరు కాని మీ వంటి శిష్యురాళ్లు మావంటి గురువులచేత నానా అసందర్భాల్నీ మాట్లాడించగలరు!"

"చెడు పెరుగుతోన్న కొద్దీ మంచి క్షీణిస్తూనే ఉంటుంది. లోక సహజమే మరి!"

"అందుకే అవినీతిని మటుమాయం చేయాలి!"

"ఎలా పారద్రోలడమో చెప్పండి! విజ్ఞానం వుదయించే వరకూ, మంచీ చెడ్డా, ఒక సరసనే పెరిగాయి కదా! మాయ అనేది ఒకటుందంటాన్నేను. ఆ మాయకి, నీతి అవినీతి అనేవి రెండూ రెండు కవల పిల్లలు. మరి మాయలేని సృష్టే లేదు!"

సరళ చెప్పిన యీ మాటల అర్థం తెలియక రంగనాధయ్యరు తికమక పడ్డాడు. ఒక క్షణం నిశ్శబ్దంగా గడిచాక, అతను సరళ నుద్దేశించి "దేవతా స్త్రీలా కనిపిస్తున్నావు సరళా! నేను సోక్రటిస్‌నని చెప్పుకోబోడం లేదు. కాని నువ్విప్పుడు చెప్పినదంతా, కేవలం వేదాలలోని మిస్టిసిజం. అది వేద పండితులకే అర్థం కాదు. ప్రత్యక్ష జీవితంలో మనం ఎదుర్కొంటూన్న విషమ సమస్యలను పరిష్కరించుకుందుకు యీ వేద విజ్ఞానం ఒక్క పిసరు అక్కరకు రాదు. ఏ జ్ఞానం గురించి పండితులు మాట్లాడుతున్నారో, ఆ విజ్ఞానం అందరికీ అందేది కాదు. కొంతమందికే సాధ్యం. అదైనా నాకు సందేహమే!"

"అయితే మనకు పనికివచ్చే జ్ఞానమెలాటిదంటారు?"

"అది ఒకే ఒకటి. యుగయుగాల జీవితానుభవం! ఈ విజ్ఞానమే మన దైనందిన జీవితానికి సహాయకారి; చీకటిలోంచి వెలుగులోకి తెస్తుంది."

"మీలాటి గురువుల ఉపదేశం పొందుతూ, యీ జీవితాన్ని వెళ్ళబుచ్చుకుంటాను."

"నేనేమీ మహానుభావుణ్ణి కాను. నామీద అభిమానంకొద్దీ నువ్వలా అనుకుంటున్నావు కాని, నేనా పొగడ్తలకు తగను సరళా! నేనో కాలేజి మాష్టర్ని. కాని నీ మనో నిశ్చయం గొప్పది. ఈ జీవితం నుంచి, బయటపడు. అందుకు నా చేతనైనా సహాయం చేస్తాను."

"ధన్యురాలిని. దేవుడి దయ నా మీద వుంది. లేకుంటే మీరు నా దగ్గిర కెందుకు వస్తారు చెప్పండి! నాది అపవిత్రమైన జీవితమని మీవల్ల యిప్పుడిప్పుడే తెలుసుకుంటూన్నాను. నా జీవితం మీద నాకే అసహ్యంగా వుంది. ఛీ, ఛీ! నన్నీ మురికికూపం నుంచి బయటకు తీసుకుపోరూ? నన్ను కనికరించి, ప్రబోధించండి. మీతో ప్రపంచపు చివరికైనా పయనించి వస్తాను. రక్షించండి."

'ప్రపంచపు చివర వరకూ' ఆమె తనతో పయనించడం! ఇది కాదు ప్రొఫెసరు వాంఛించినది.

"నా ఉద్దేశం అది కాదు సరళా! నువ్వీ జీవిత పద్ధతిని విడిచిపెట్టాలని నా కోరిక. విడిచిపెట్టి...."

"ఏం చేయమంటారు?"

"నిన్నెవరూ ప్రేమించడం లేదూ?"

"నన్నా? ప్రేమించడమా? ప్రేమించడం! ఎంత వింతమాటలండీ మీవి."

"ఏమీ?"

"మీరు తీసుకుంటోన్న యీపాటి శ్రద్ధ ఎన్నడూ ఎవరూ తీసుకోలేదు. మా అమ్మ వుందీ అంటే అది నాకు అమ్మేకాదు. పోనీ, మా యింటికొచ్చే మనుష్యులో అంటే వాళ్ళు ప్రేమనేది ఒకటుంటుందనే మాటే విని వుండరు!"

ఆమె నల్లని కనురెప్పల నిండా నీరు నిండుకుంది. కన్నీటిబొట్లు జలజల రాలిపడు తున్నాయి. హృదయం ద్రవించసాగింది. ఆవిడ స్థితిని చూసి ప్రొఫెసరు జాలి గుండె కరిగిపోతున్నది. కాని ఆమెను ఏమీ చేయడం! తన వెంట లోకం మధ్యకు తీసుకువెళ్ళే ధైర్యం అతనికి లేకపాయె!

"ఎవరినైనా వివాహం చేసుకుంటే బాగుండును సరళా!"

"అంటే ఎవడో ఒక ఛండాలుడికి నేను కలకాలం పూర్తిగా బానిసనై పడివుండాలని మీ తాత్పర్యం!" సరళ మందహాసం చేసింది. కొంచెంసేపు ఊరుకుని మళ్ళీ అంది. "నాబోటి భోగం పిల్లలను ఏ మర్యాదస్థుడు పెళ్ళాడతాడో చెప్పండి మీరే!"

సరళ వేసిన ప్రశ్న రంగనాధయ్యరుకు యింతకు ముందెన్నడూ తట్టి వుండలేదు. ఈ సమస్యను సంపూర్ణంగా ఎన్నడూ చర్చించలేదు. వ్యభిచార నిర్మూలన ఎలా సాధ్యమో, ఎలా అసాధ్యమో అతనాలోచించలేదు. పుస్తకాలలోని సిద్ధాంతాలు వల్లెవేయడం తప్ప, అవి జీవితంలోనికి పరివర్తింప చేయడమెలానో ఊహించుకోలేదు. భోగం పిల్లలంటే ఒకటే నిర్వచనం. వాళ్ళు జీవితంలో ఓడిపోయిన స్త్రీలు! పడుపు వృత్తికి వ్యతిరిక్తమయిన వాదనలను పోగుచేసుకోవడంతోనే కాలం గడిచిపోయింది. సైనికుడిలా ఈ పుస్తక విజ్ఞానం మధ్య కవాతు చేస్తున్నాడు.... ఇప్పుడు అతని అలసత్వం అతనికే తట్టి ఒళ్ళు నీరు విడిచిపోయింది... చిట్టచివరకు అతననుకున్నాడు కదా, 'నేనే రాజునైతే డబ్బు చూపించి అన్నీ గెల్చుకొద్దును. సరళను చదువుకున్న కుర్రవాడిని చూసి, ధనాశ చూపి, పెళ్ళిచెద్దును... పోనీ, మాట వరసకు తనొక రాజుగా పుట్టాడనుకుందాం. అప్పుడు మాత్రం సరళను పెళ్ళాడగలిగే విద్యావంతుడు, యువకుడు, అందగాడు దొరకాలి కదా?' తనకు పెళ్ళి కాకుండా వుంటే ఎంత బాగుండును. ప్రపంచాన్ని ధిక్కరించయినా, సరళను పరిణయమాడేవాడు.

ఇద్దరి మధ్యను సంభాషణ ఆగిపోయింది. మౌనంగా అతను కూర్చున్నాడు. మొహం వివర్ణమయింది. నిశ్చలమైన ఈ నిశ్శబ్దత ఎంతో చికాకు కలిగిస్తోంది. సరళ యధాలాపంగా

బల్లమీదను వున్న వీణ తీసింది. సోఫా చివరకు వెళ్ళి చతికిలబడి, మధురమైన కృతిని కిన్నెర కంఠంతో పాడసాగింది. అతనికి సంగీతమంటే ప్రాణం. కృతి ఎంతో బాగుంది. రాగం హాయిగా వినవస్తోంది. పాము పడగవిప్పి ఆడినట్లు, లేడి గంతులు వేసినట్టు, అతని హృదయం ఆనందించసాగింది. నాజూకైన వేళ్ళతో వీణను మీటుతుంటే, సరళ అప్సరసలా స్ఫురించింది. వీణ మెట్ల మీద ఆడే ఆమె వేళ్ళు ఎంత అందంగా వున్నాయని! నిస్తబ్ధతగా వున్న ఆ వాతావరణంలో వినిపించే సంగీతం అతన్ని బాహువులతో బంధించినట్లనిపించింది. నిస్సహాయురాలైన ఒక పిల్లను ఉద్ధరించడమెలాగనే అతని ఆలోచనా హారం తెగిపోయింది. మునిగిపోతున్నాడు, ఆత్మను కరిగించే సంగీతంలో మునిగి పోతున్నాడు. మునిగిపోతూ ఊహా ప్రపంచంలో తిరుగుతున్నాడు! 'దీనికంటె వేరే స్వర్గం ఎక్కడో వుంటుందా? అర్థం లేని పురాణ కల్పనలు! దేవతలకు మల్లే వున్న ఆమె పెదవులను ముద్దు పెట్టుకోవడమే నిర్వాణం. చిదానందమనే వెర్రి వేదాంతంలోపడి మహర్షులు యీ నిర్వాణాన్ని పొందలేకపోయారు.'

సరళ వేళ్ళు వీణ మీద యింకా నృత్యం చేస్తున్నాయి. జావిళీ రసవత్తరంగా ముగియబోతూ వుంది. సన్నగా, తీయగా సంగీతం గదినంతా ముంచెత్తుతోంది. "నిజంగా ప్రపంచపు చివరలవరకు నాతో రాగలవా సరళా?" ప్రొఫెసర్ లేచి గబుక్కున ముందుకు వెళ్లాడు. ఆమె పెదవులను ముద్దు పెట్టుకున్నాడు. సరళ చేతిలోని వీణ జారిపోయింది.

బయట వరండాలోంచి వికటాట్టహాసం వినిపించసాగింది. రంగనాధయ్యారు గాభరాపడి బెదురుతో చూశాడు. "సంస్కరణంటే యిదే! ఒకరిని లేవనెత్తబోయి మనమే కింద బడ్డం" అనే మాటలు వినిపించి, ప్రొఫెసరు కంగారు పడుతున్నాడు. పళ్ళన్నీ బయటకు కనిపించేటట్టు నవ్వుతూ "దగాలో పడ్డాను. మోసం మోసం" అని వికృతంగా అరిచాడు. 'దగాలో పడ్డా'ననే మాట విని సరళ సిగ్గుపడిపోయింది. ఆశ్చర్యపడింది. అమాయకంగా నవ్వింది. తెల్లబోయి చూసింది. ప్రొఫెసరు మెల్లగా మేడ దిగి ఇంటికి పరుగెత్తసాగేడు.

తొందరగా అంగలు వేసుకుంటూ వీధిలోనికి వెళ్లేసరికి మేడ మీద నుండి 'దొంగ దొంగ' అనే కేక వినిపించింది. పోలీసుల లైట్లు అతని మొహం మీద పడబోతూ వుంటే తప్పించుకుని రంగనాధయ్యారు యింటికి దారితీశాడు.

కొంతదూరం నడిచేసరికి పరిచయస్తులు ఎదురై "ఇంత రాత్రివేళ ఎక్కడనుంచి ప్రొఫెసరు?".... ఆ రాత్రి అర్జెంటుగా ఏదో స్వంత పని మీద రంగనాధయ్యారు ఊరు వదలి ఎక్కడికో వెళ్ళిపోయాడు.

మర్నాటి ఉదయం, అమిత గౌరవనీయులు, సహచరుడు, ప్రొఫెసరు రంగనాధయ్యారు పంపిన రాజీనామా లేఖను, ప్రిన్సిపాల్‌గారు చూసి, కంట నీరు పెట్టుకున్నారు. తను పడిన దురవస్థను వివరిస్తూ ప్రొఫెసరు, ప్రత్యేకించి ప్రిన్సిపాల్‌గారికి రాసిన ఉత్తరంలోని పంక్తులను చదువుతున్నప్పుడు, ఆయన కళ్ళు నీళ్ళతో గిర్రున తిరిగాయి.

# మతము : విమతము

**(గోలకొండ పాదుశాహి ఫర్మానుల సీలు ఇచ్చట విప్పబడుటంజేసి దీనికి సికాకోల్ లేక చికాకోల్ అను పేరు కలిగెనని యిచ్చటి వారందురు గాని అది నిజము కాదు. ఈ పట్టణము బహు ప్రాచీనమైనది. దీని పేరు శ్రీకాకుళం. ఒకప్పుడిందు శ్రీకాకుళేశ్వరుని క్షేత్రముండెను. దానిని పడగొట్టి షేరు మహమ్మదు పెద్ద మసీదును కట్టెను. నిజమిది)**

ఒక సంవత్సరమున కార్తీక శుక్లపక్ష దశమినాటి సాయంత్రము ఇద్దరు బ్రాహ్మలు, ముప్పది యేండ్ల ప్రాయపు టతడొకడును, యిరువది యేండ్ల లోపు వయస్సుగల యతడొకడును తూర్పున నుండి పట్టణము దరియ వచ్చుచుండిరి.

నారాయణభట్టు మోము అత్యంత సంతోషముతో వికసితమై యుండెను.

"పుల్లా! మా వూరొచ్చాంరా, యిట్టి వూరు భూ ప్రపంచంలో వుండబోదురా. కాళిదాసు అవంతిని ఉద్దేశించి చెప్పిన మాటలు దీనియందు వర్తిస్తున్నాయిరా, యేమి నది! యేమి వూరు: యేమి పాడి పంటలు: ఇక శ్రీకాకుళేశ్వరుడి క్షేత్రము. ఎట్టి మహాక్షేత్రమని చెప్పను, అదుగో!"

నారాయణ భట్టు నిశ్చేష్టుడై నిలిచి, కొంత తడవు మాటాడకుండెను.

"యేమి స్వామీ! యేమి స్వామీ!" అని పుల్లం బొట్లు అడుగ "యేమి చెప్పనురా. పుల్లా! కోవిలె గోపురం మాయమైపోయిందిరా!" అని నేలపై కూలబడెను.

చెట్ల చాటున ఉందేమో స్వామీ!"

---

*శ్రీకాకుళంలో శ్రీకాకుళేశ్వరుని దేవాలయం ఉండేది. పూర్వ కళింగగాంగులు పరమ మహేశ్వరులు అయినా వైష్ణవాన్ని కూడా ఆచరించారు. అర్వాచీన కళింగ గాంగులలో వైష్ణవు లెక్కువ.*

*క్రీ.శ. 1571లో గోలకొండ నవాబు కులీ కుతుబ్‌షా గజపతులను జయించి శ్రీకాకుళం సర్కార్‌ను లోబరుచుకున్నాడు. కుతుబ్‌షాహీల కాలంలో శ్రీకాకుళం పాలకుడుగా (ఫౌజ్‌దార్) పని చేసిన షేర్ మహమ్మద్ ఖాన్ అక్కడ మసీదు కట్టించాడు.*

*క్రీ.శ. 16వ శతాబ్ది చివరి భాగంలో చికాకొల్లు ఫౌజ్‌దారైన షేర్ మహమ్మద్ ఖాన్ తనతోబాటు వచ్చిన వాళ్ళలో ఒకరికి కుమిలి (కుంభిళాపురం), మరొకరికి బొబ్బిలి ('షేర్' అంటే పులి. అతని పేరుమీదనే ఈ కోటకు 'బొబ్బిలి' అని పేరు వచ్చిందంటారు) ఇచ్చాడు. కుమిలి పాలకులు విజయనగర పాలకులుగా పరిణమించారు.*

*– ఈ కథలోని పాద పీఠిక అవసరాల సూర్యారావుది. "పెద్ద మసీదు" అన్నది. యీ కథకు యింకో పేరు.*

*పాద పీఠికలో "కథ మధ్యలో ఆగిపోయిం"దనీ "రాసి కొట్టివేసిన దాన్నిబట్టి నారాయణ భట్టు చినమామ లక్ష్మణభట్టు. లచ్చన్న అని తెలుస్తుంది. లేచి అతడు మేనల్లుణ్ణి కౌగలించు కోబోతాడు. కాని వద్దు వద్దంటూ నారాయణ భట్టు దూరం తొలగుతాడు" అని వుంది. గురజాడ రాసి కొట్టివేసిన కాగితం అలభ్యం. (సం).*

"యే చెట్లు కమ్మగలవురా, పుల్లా! ఆకాశానికి నెత్తంటిని ఆ మహా గోపురాన్ని! మనస్సు చివుక్కుమని పోయిందిరా పుల్లా. యీ పట్నానికీ మనకీ రుణస్య యిక చెల్లిపోయింది. రా తిరిగీ కాసీ పోదాం."

"గోపురం కోసవాఁ యిక్కడికి వచ్చాం స్వామీ? ఎడతెగని మార్గాయాసం పడి యీ నాటికి దేసం చేరాం గదా. మళ్ళీ వెంటనే కాసీ పోవడానికి యినప కాళ్లు కావు గదా? లెండి, నా మాట వినండి! దాని సిగ్గోసిన గోపురం గోపురవఁన్నదే మీకు కావలసివుంటే మా వూరు రండి."

"ఓరి వెఱ్ఱి వాడా! మీ వూరి గోపురం యెవరిక్కావాలిరా! నీకు బోధపడదు. చిన్నతనంలో యెన్నడూ ఆ గోపురం మీదే ఎందుకా తీపులు. మా గోపురం కథా విశేషవైఁంది."

లేచి "శివ శివ! ఒరే. మీ వూరి గోపురం కూడా యీ మ్లేచ్ఛులు పడగొట్టి వుంటాఱ్ఱా!"

"మీకు యేమి ఉపద్రవం వచ్చింది. పడగొడితే ఆ పాపం వాళ్ళకే కొడుతుంది. ఆకలేస్తూంది. పెందరాళే వూరు చేరుదాం! లేచి అడుగెయ్యండి."

"ఏం వూరు – చావడం! ఆకలంతా పోయిందిరా!"

నారాయణ భట్టు లేచి మౌనం వహించి కొంత తడవు నడిచెను. అంతట తలయెత్తి చూడ సంజ చీకటిలో నెలి వెలుగు కమ్మిన పడమటి ఆకాశమును దూసి రెండు మసీదు స్తంభముల కళ్ళ యెదుట నిలిచెను. నారాయణ భట్టు మరల నిలిచిపోయి స్తంభముల పరికించుచు:

"కాకుళేశ్వరుడి గుడి పగులగొట్టి మ్లేచ్ఛుడు మసీదు కట్టాడు" అనుకొనెను.

"దేవుఁడెందు కూరకున్నాడు, స్వామీ."

"ఆ మాటే యే శాస్త్రంలోనూ కనబడదురా పుల్లా. మసీదువేపు పోదాంపద."

"మసీదు గానీ సత్రం అనుకున్నారా యేమిటి? పెందరాళే భోజనం మాట ఆలోచించుకోకపోతే ఉపవాసం తటస్థిస్తుంది."

"అంత మహాక్షేత్రం పోయిన తరువాత తిండి లేకపోతే వచ్చినలోటేమిటి?"

కాలుకు కొత్త సత్తువ పుట్టి గురువును, కాలీడ్చుచు శిష్యుడును గట్లంట, పుట్టలంట బడి మసీదు ద్వారం చేరిరి.

"ఏమి తీరుగా కట్టాడు స్వామీ, మసీదు!"

"వాడి శ్రాద్ధం కట్టాడు!"

గడ్డము పెంచి యాబది సంవత్సరములు ప్రాయము గల ఒక తురక చిలుము పీల్చుచు కూర్చునియుండ నారాయణ భట్టు 'సలా'మని ఇట్లడిగెను.

"భాయీ! ఇక్కడే కదా పూర్వం శివాలయం వుంటూ వచ్చింది."

తురక ఒక నిముష మూరుకొని నోటిలో పొగ నెగనూది "హో సైతాన్కా ఘర్" అని యుత్తర మిచ్చెను.

"ఏం పాట్కొచ్చాయీ దేవుఁళ్ళకి!"

"దేవుళ్ళకి యే పాట్లూ లేవు, మన సాపాటు ఆలోచించరేం?"

"కుట్టివాళ్ళకి ఆకలి లావు సాయిబు గారూ! యీ వూళ్ళో చే(బ్రోలు వారుండాలి. వున్నారా? యీ దేవాలయం దగ్గిరే వారి బస వుండేది. అనగా యిప్పుడు మీ మసీద్దగ్గిరే!"

ముసల్మాను స్వచ్ఛమగు తెనుగు నవలంబించి "లేద"నెను.

"అయ్యో! మా పెదమావఁ రామావధాన్లు, చినమావఁ లక్ష్మణ భట్టు దేశాంతర గతులైనారా? మృతులైనారా?"

సాయీబు చేత నుండి చిలుము నేలరాలి ముక్కలై నిప్పులు నలుదెసల చెదర, "నారాయణ" యని సఖేదముగా పిలిచెను.

"అయ్యో! నువ్వా మావాఁ!"*

...

*ఈ పంక్తి విశాలాంధ్ర ప్రచురణాలయం 1955 ముద్రణలో వుంది.

# సౌదామిని

## (ఒక నవలకు స్థూల రూపం)*

కవిగారు బాగా ఆమె మోజులో పడ్డారు. ఆయన ఆమెను అయిదు క్షణాల్లో పరిచయం చేసుకుంటాడు. నాకు బాధా, ఈర్ష్యా పొంగుకొచ్చాయి. అందులో సగం వ్యవధిలో ఆయన ఆమె బిడ్డల స్నేహం సంపాయించాడు. ఆయన వారికి ఆపిల్ పళ్లు యిచ్చాడు. బొమ్మలు చూపించాడు. రైలు పెట్టె కిటికీలో నుంచి బయటకు చూస్తే నీలగిరి అడవుల సుందర చిత్రం కదలిపోతుండగా, ఆయన కుతూహలంతో కూడిన వారి జ్ఞానాన్ని శోధించసాగాడు.

ఆమె యిదంతా మౌనంగా గమనిస్తున్నది. అందులో కొంత కుతూహలం లేకపోలేదు. అయితే ఆయన ఆమెను అలా ఎంతోసేపు మౌనంగా పరిశీలిస్తూ ఉండనివ్వలేదు. అప్పటికప్పుడు ఏదో అంశం గురించి ఆమె అభిప్రాయాన్ని అడిగాడు. ఆమెకు ఆసక్తిగల అంశాన్ని కనిపెట్టేదాకా ఆయన అలా ఏదేదో అడిగాడు. అటు పిమ్మట మేము కూనూరు చేరేదాక వారి సంభాషణ అవిచ్ఛిన్నంగా సాగింది. నాలోని ఘర్షణ తత్త్వం పైకి ఉబికింది. ఒకటి రెండు పర్యాయాలు ఆయన చెప్పినది కాదన్నాను. ఆమె నావేపు చూచి ఔను అన్నట్లు తలూపింది. అయితే అతడు ఊరుకోలేదు. ఒకటి రెండు మూడు అలా వంద వరకు అంకెలు లెక్కపెట్టి నేను పూర్తిగా పొరపడ్డట్లు నిరూపించాడు. అంతే కాదు. ఆమె తల వూపడం నేను చెప్పిన దానికి ఆమోదంగా కాదనీ, నేను చెప్పిన విషయం సజావుగా తాను బోధపరచుకున్నట్లుగా తెలపడానికే ఆమె తల వూపిందని కూడా ఆయన నిరూపించాడు. రైలు ఆగగానే కొంతమంది మిత్రులు ఆమెకు స్వాగతం పలకడానికి వచ్చారు. ఆమె మాకు వీడ్కోలు చెప్పి, దగ్గరవున్న బంగళాకు తన స్నేహితులతో కలిసి వెళ్లుతున్నది. కవి గారేమో తన ప్రయాణపు సంచీని తీసుకొని ఆమె వెంటబడ్డాడు, మీరు మా వెంట రావడం లేదా అని నేను ఆయనను అడిగాను. పిల్లల విద్య విషయంలో తనకు మిక్కిలి ఆసక్తి కలదనీ, విద్యాబోధనకు సంబంధించిన ఒక నూతన పద్ధతి ఆమెకు కొట్టిన పిండి అనీ, ఆ నూతన పద్ధతిని బోధపరచు కోవాలనుకుంటున్నాననీ ఆయన చెప్పాడు. నేను నివ్వెరపోయాను. కవిగారు తన సొంత విద్యపట్ల తప్పితే, విద్య గురించి ఆసక్తి కనబరచడం అదే మొదటిసారిగా నాకు తెలియడం. ఆయనగారి విద్యేమో కేవలం పత్ర.

ఆమె స్వరూపంలో గొప్ప ఆకర్షణ వుందని చెప్పక తప్పదు. ఎంత వద్దనుకున్నా ఆమెపై నుండి మనసు మరల్చుకోడం నాకు కష్టమే అయింది. ఆమెకు వీడ్కోలు చెప్పాడు.

---

★ *ఇది గురజాడ చిత్తుగా రాసిపెట్టుకున్నది. అసంపూర్ణం. శీర్షిక ఆయన పెట్టింది కాదు. 'సౌదమిని' పేరుతోనే, ఒక చారిత్రక నాటకానికి కూడా ప్రణాళిక వేసుకొని వదిలిపెట్టారు. స్త్రీల సమస్యల గురించి లోలోతులకు పోయిన ఆలోచనలు యీ 'సౌదామిని'లో చాలా ఉన్నాయి. రాసింది ఇంగ్లీషులో.*

అక్కడున్న పోర్టరుతో మాటాడుతున్నట్లు నటిస్తూ ఆమెకు దగ్గరగా నిలబడ్డాను. ఆమె వెళ్ళిపోతూ వుంటే ఆమె వేపు చూస్తూ ఆమె కనుచాటయ్యే వరకూ అలాగే నిల్చున్నాను. ఆ తరువాత నేను తిరిగి రైలు పెట్టెలోకి వెళ్ళాను. కవిగారు, తన సామాను నాకు అప్పగించాడు. నేను దానిని నా సేవకులకు అప్పగించి, వారిని ఎద్దుల బండిలో వెళ్ళమన్నాను. తొందరగా మేడపైకి వెళ్ళి ఫలాహారశాలలో కాఫీ తీసుకున్నాను. అక్కడనుండి బయటకు వచ్చేసరికి ఎక్కడా ఏలాంటి బండీలేదు. ఊటీ రోడ్డు వెంట వెళ్ళగా వెళ్ళగా ఒక జట్కా కనిపించింది. అది కీళ్ల సడలిన జట్కా. తన నెవరో బాడుగకు పిల్చారని ఆడు చెప్పాడు. "డబ్బెంత?" అని అడిగాను. "అయిదు రూపాయలు." జట్కా బండికి అది పెద్ద మొత్తమే కాని నేను ఆరిస్తానన్నాను. చెల్లించండి అన్నాడు. నేను డబ్బు యిచ్చేసి జట్కాలో కూచున్నాను. కూచుని నా తారా బలాన్ని అభినందించుకున్నాను. కవిని గురించి – దేనినీ లక్ష్యం చేయని కవిని గురించి – ఆలోచించాను. ఆయన ఏ పెద్దింటావిడ భవనంలోనో దర్జాగా కూర్చుని, మెరుస్తున్న కళ్ళతో భూమ్యాకాశాల గురించి పెళపెళని వాగేస్తూ వుంటాడు. మరి నేనేమో యిలా కుదుపుల జట్కాలో కూలబడ్డాను. తెరిపిలేని పని భారంతో కుంగిపోతున్న గుర్రం దానిని లాగుతున్నది. దాని యజమాని మానవత్వపు చిహ్నాలు దాని వీపుమీద కనిపిస్తున్నాయి. అంత మొండి జంతువుని నేనెన్నడూ చూడలేదు. దానిని తోలేవాడు మహాక్రూరుడు. కడుపునిండా తిండి లేని ఆ జీవిపై అతడు చెళ్ళుమని కొరడా తగిలించాడు. నేను వచ్చీరాని హిందుస్థానీలో మందలించ నారంభించాను. అతడు నా వేపు చురచుర చూచి, గుర్రానికి మరింతగా తగిలించాడు. అందులో ప్రయాణించడానికి నేను నిరాకరించాను. నా కోరిక ప్రకారం అతడు జట్కా ఆపాడు. నేను సంగతి సందర్భాలు ఆలోచించాను. నేను అందులో పోనంతమాత్రాన ఆ గుర్రానికి విశ్రాంతి చిక్కదు కదా. అందువల్ల అందులోనే వెళ్ళాను. మేము గుర్రాలు మార్చే స్థలం చేరేసరికి బాగా పొద్దుపోయింది. చివరకు యిక్కడ ఆ గుర్రం సమ్మెచేసి, ఇక కదిలేది లేదని మొండికేసింది. దెబ్బ దెబ్బకూ అది వెనక్కు నడవ సాగించింది. నేను దిగిపోయాను. మరొక గుర్రాన్ని తెస్తానని బండివాడు మాటిచ్చాడు.

## జట్కా

ఈ గుర్రం సరిగ్గా ముందరి దానికి వ్యతిరేకం. ఇది బొత్తిగా లక్ష్యపెట్టని జంతువు. సమతలంపై అది బాణంలాగా దూసుకుపోయింది.

మళ్ళీ కొత్త బేరం.

కొత్త బండి. ముందే చెల్లింపు. అంతలోనే వాన జల్లు. ఒక మిత్రుని దుకాణం వద్దగా దిగడం. ఆపవలసిందిగా బండివాడిని ఆడగడం. నేను దిగీ దిగగానే మహావేగంగా బండివాడి పోక.

బండివాడి మీద నాకు చెడ్డ కోపం వచ్చింది. ముక్కు మొహం తెలియని ఒక స్త్రీ గురించి అంత ఆసక్తి కనబరచి, టాంగాలు, బళ్ళు దొరకకుండా చేసుకున్నందుకు నన్ను

నిందించుకున్నాను.

ముస్లిమ్ దుకాణదారుల్లో నాకు మిత్రులున్నారు. నేను తడిసి ముద్దయి ఒక దుకాణంలోకి చొరబడ్డాను. దుకాణం యజమాని నా వేపు ఆశ్చర్యంతో చూశాడు. నన్ను దుస్తులు మార్చుకోవలసిందన్నాడు. నా కోసం పైజామా, ఫ్లానెల్ చొక్కా, బనియన్, ఓవర్ కోటూ, రగ్గూ, టోపీ తెచ్చిచ్చాడు. నేను నా ఘనకార్యాలు వర్ణిస్తూ వుండగా అతడు పొయ్యిమీద వేడివేడి కాఫీ తయారు చేశాడు. అతడు స్థూలకాయుడు. కవిగారి ప్రవర్తనకూ, నా జట్కా బేరానికి అతడు నవ్వాడు. డబ్బా పాలతో తయారుచేసిన కాఫీ పుచ్చుకున్నాను. దుకాణం యజమానికి హృదయపూర్వక కృతజ్ఞతలు తెలుపుకున్నాను. వాన ఇంకా కురుస్తూనే వుంది. నేను నా బసకు వెళ్ళడానికి నాకు తోడుగా దీపంతో మనిషిని పంపుతానన్నాడు. అయితే ఆ ఇల్లు ఎక్కడుందో ఒక్క కవిగారికే తెలుసును. నేనది అడుగ మరిచాను. ఎక్కడ కెళ్ళాలో నాకు తెలియదాయెను. దుకాణం యజమానికి ఏమీ పాలుపోలేదు. స్నోహౌస్ కొండపైన నా కొకరిద్దరు మిత్రులున్నారు. ఇంకా చాలామంది నేస్తాలున్నారు కానీ, వారెక్కడ నివసిస్తున్నదీ నాకు తెలియదు. నేనలా దీర్ఘయోచన సాగిస్తూ వుండగా, జోడు గుర్రాల బగ్గీ ఒకటి వచ్చి దుకాణం వద్ద ఆగింది. తెల్లని, ముసల్మాన్ తరహా తలపాగా ధరించిన ఏభైయేళ్ళ ఆయన లోపలికి వచ్చాడు. అతడిలా అన్నాడు : "ఒక మిత్రుడి ఇంటికి వెళ్ళి వర్షంలో చిక్కుకున్నాం. నా కూతురుకోసం ఒక శాలువా, మా ఆడమనిషి కోసం ఒక రగ్గూ ఇవ్వండి. నాకేమో ఒక పెగ్గు విస్కీ" "వద్దు" "ఫర్వాలేదు. ప్రవక్త బోధలను మీరింత గట్టిగా ఆచరిస్తే మనకు ప్రాపంచిక సుఖాలు దొరకవు" అప్పటికే అతడు హుషారులో వున్నాడు. నన్నతడు గమనించి, "ఇదేమిటి?" అన్నాడు. ముసల్మాన్ వివరించాడు.

"మీ స్నేహితులు ఎవరైనా సరే మా ఇంటిలో ఉండవచ్చు. వివేకం ఉంటే భోజనం కూడా చేయవచ్చు." నన్ను ముసల్మాన్ అంగీకరించమన్నాడు. కొంచెంసేపు తటపటాయించి ఒప్పుకున్నాను. మేము బండి దగ్గరకు వెళ్ళగానే అతడు యేదో జ్ఞాపకం చేసుకుని తటపటాయించి ఇలా అన్నాడు. 'ఫర్వాలేదు. బండెక్కవయ్యా. ఆడాళ్ళున్నారు. నువ్వు గనక దగుల్బాజీవైతే వాళ్ళను తాకొద్దు. కాకపోతే చింతేలేదు!" "ఇదిగో ఆ ఎదుటి సీట్లో కూర్చో" "దేవుడు మనకొక అతిథిని పంపాడు." అతడు బండి తలుపు తెరిచినప్పుడు ఒక మెరుపు మెరిసింది. దాని కాంతి బండిలో పడింది. ఒక యువతి వంటిమీదున్న రత్నాలు జిగేల్‌మన్నాయి. ఆమె కళ్ళు తళతళా మెరిశాయి. ఆ కాంతి మెరుపు తీగకు సమానంగా వుంది. మళ్ళీ చీకటి. నేను నా స్థలంలో ఒదిగి కూచున్నాను, దేవతను తాకి అపచారం చేస్తానేమోనని. బండి అనేక మలుపులు దాటి వెళ్ళింది. వర్షం జోరుగా పడుతూనే ఉంది. చివరికి దీపాలతో మెరిసిపోతున్న ఒక భవనం ఎదుట ఆగాము. మేము ముందు దిగాము. తరువాత ఆడవాళ్ళు. వారు అప్పచెల్లెళ్ళలాగా కనిపించారు. ఒకామెవి నిరాడంబరమైన దుస్తులు, కొద్దిగా ఆభరణాలున్నాయి. చిన్నామె నఖశిఖపర్యంతమూ తళతళలాడి పోతూవుంది. నే నొక్కసారి ఆమెను ఎగాదిగా చూచి వెనువెంటనే దృష్టి మరల్చుకున్నాను. అందుకు కారణం అల్లా చూడడం మర్యాద కాదనా, లేక కళ్ళు

జిగేలుమనడమా? మోహం యొక్క చంద్రకాంతిలో కలిసి రెండు వజ్రపు దుద్దులు ధగద్ధగాయమానంగా మెరసిపోతున్నాయి. ఆమె బండి వేపు ముఖం తిప్పుకొని ఉంది. అంతసేపూ గాజు కిటికీగుండా చూస్తూనే ఉన్నాను.

## 2

మబ్బులు చెదరి పడమటి దిశగా కదిలాయి. దూరాన ఉన్న పర్వత శ్రేణిపై ఇంద్రజాలపు తెర కప్పిన వెన్నెల. కప్ప బెకబెకలతో ఉండి ఉండి నిశ్శబ్దాన్ని భంగపరుస్తూంది. నేను కుషన్ కుర్చీలో కూలబడి మనోజ్ఞమైన వెన్నెల దృశ్యం పరిశీలిస్తూ వున్నాను. అప్పుడప్పుడూ మబ్బు తునకలు చంద్రబింబం మీదుగా పోతున్నాయి. పల్చటి చీకటిలో ఆ దృశ్యాన్ని అలుముకుంటున్నాయి. కొండపైన భవనాల దీపాలు మిలమిల మెరుస్తున్నాయి.

మంచి నుండి చెడ్డకూ, చెడ్డనుంచి మంచికీ ఎంతలో ఎంత మార్పు. చెడ్డనుంచి మంచి రావడం చూశాను. నేను జట్కాలో వున్నప్పుడు ఎంతగా చీదరించుకున్నాను. ఇంతలోనే సౌందర్యవతులూ హాని కలిగించని దయాళుడైన ఒక వృద్ధుడూ వుంటోన్న భవనంలోకి, ఆ తరువాత ధన్యులైన స్త్రీలు నివసిస్తూన్న మహాసౌధంలోకి రావడం ఎంత గొప్ప మార్పు! తమరెవరని నే నడుగ సాహసించలేకపోతిని. అయితే అతడు నాయుడు కావచ్చునని నా కనిపించింది. నేను ఇది అని చెప్పజాలనిదేదో అతని మాటలో యాసలో ఉంది.

కాని, వర్ణాన్ని కాదనడమా (?) పుష్కలంగా వస్తుజాలం అమర్చిన గదిలోకి ఆయన అందరినీ తీసుకొని వెళ్ళాడు. "విశ్రాంతి తీసుకోండి. దేనికీ మొగమాటం పడకండి. నేను శూద్రుణ్ణేకానీ, నాకొక వంట బ్రాహ్మడున్నాడు." నాకు పూరీలు, పాలు కావాలన్నాను. కాసేపు హడావుడి. (ఆయన పేరు బాలయ్య అనుకుందాం.) ఇరవై మంది పేర్లు పెట్టి పిలిచాడు. ఒక్కరు కూడా రాలేదు. అదే పనిగా బెల్లు నొక్కాడు. ఆఖరుకు తనే వెళ్ళాడు. బండివాడు హావభావాలతో చెప్తున్నది సేవకులంతా వింటుండడం చూశాడు. వెనక్కు వచ్చి చెప్పాడు. వంట బ్రాహ్మడు జబ్బు పడ్డాడన్నాడు. నాతో తానే స్వయంగా ఏవో కొన్ని ఫలహారాలు తయారు చేయిస్తానన్నాడు. ఆశాభంగం కలిగినందుకు విచారం తెలిపాడు. నాకేమి ఇష్టమో చెప్పమన్నాడు. ఏదైనా సరేను అన్నాడు. పూరీ వగైరా కావాలా అన్నాడు. ఏదైనా సరే అన్నాను. బయటకు పరుగెత్తి తన కూతురుతో, శుద్ధమైన నీ హస్తాలతో కాఫీ చెయ్యమ్మా అన్నాడు. "పని వాళ్ళని దాన్ని తాకనివ్వద్దు" తన ఫలహారానికీ వడివడిగా వెళ్ళిపోయాడు. పావుగంట గడిచాక కూతురు వెండి పళ్ళెంలో కాఫీ, బిస్కట్లు తీసుక వచ్చింది. ఆమె తలుపుగుండా తొంగిచూసింది. నేను ఒక్కణ్ణే ఉండడం చూసి వెనక్కు జారుకుంది – మెరుపు తీగలాగే మళ్ళీ. ఆమె పేరు "సౌదామిని" అని నాకు తర్వాత తెలిసింది. ఆమె ఆ తరవాత తన పనికత్తె ద్వారా లోనికి కాఫీ పంపింది. పాతికేళ్ళు. చక్కగా ఉంది. శుభ్రమైన దుస్తులు. (బాలయ్య లోపలికి వస్తాడు) మీ ఫలహారాలు తయారవుతున్నాయి. నా కొక ఒరియా వంట బ్రాహ్మడు కూడా వున్నాడు. అతనే ఫలహారాలు తయారు చేస్తున్నాడు.

బాలయ్య – నువ్వు కాఫీ పట్టుకొస్తున్నావా? తెలివిమాలినదానా. దాన్ని శూద్రులెవ్వరూ తాకరాదన్నాను. తీసుకెళ్ళిపో. అమ్మగారితో మళ్ళీ చేయించు, కులం నియమాలు నీ కెప్పుడూ బోధపడవు ఆచారం★. నేను శూద్రుణ్ణే కాని దక్షిణాదిన కొన్ని పాలక కుటుంబాలకు చెందిన వాణ్ణి. నా పూర్వీకులు బ్రాహ్మణుల పంక్తినే★ భోజనం చేశారు. ఆ రోజులు గతించాయి. నేను శూద్రుణ్ణి తక్కువ జాతికి చెందిందయినా స్త్రీ రత్నం★ పవిత్రమైంది. మాది తక్కువ జాతి. దీని గౌరవాన్ని నేను చివరిదాకా కాపాడతాను. ఎవరండీ ఆమె? రుషిని వివాహమాడిన జాలరి అమ్మాయి? నాకీ పేర్లు జ్ఞాపకముండవు. నా కూతురు కన్నీ తెలుసు. సంస్కృతం వచ్చు. మొత్తం అధ్యాయాలే అప్పజెబుతుంది.

పరుగున సౌదామిని దగ్గరకు వెళ్ళి రెప్పపాటులో కాఫీ తయారు చెయ్యమని చెప్పు.

నన్ను ఉద్దేశిస్తూ – వంట గదిలో ఎప్పుడూ వేడి నీళ్ళుంటాయి. ఒక్క క్షణంలో అన్నీ సిద్ధమౌతాయి.. పరుగెత్తు.

పనికత్తె – ఇది తయారు చేసింది సౌ....

బాలయ్య – అయితే తానే ఎందుకు పట్టుకురాలేదు? నీ చేతులు దాన్ని మైలపరచాయి.

నేను. ఫర్వాలేదు లెండి నేను పట్టించుకోను. మీ అమ్మాయిని ఇబ్బంది పెట్టకండి (నేను ఆమె చేతిలోని కాఫీని తీసుకున్నాను)

బాలయ్య – ఓ – మీరు ముందున్న వారన్నమాట. మరైతే నాతోపాటు ఎందుకు భోంచెయ్యకూడదు?

నేను – నేను ముందున్న వాణ్ణే. కానీ సన్నని విభజనరేఖ గీస్తాను. కాఫీ ఎందు తిండి పదార్థాలు ఎవ్వరి చేతినుండైనా పుచ్చుకుంటాను. కాని, అన్నం మాత్రం బ్రాహ్మల చేతినుండే.

బాలయ్య – మీరు కులాన్ని గౌరవిస్తున్నందుకు సంతోషం. అందుకు మీ యెడల నాకు గౌరవం. కులాన్ని గౌరవించేవాడు తన్ను తానే గౌరవించుకుంటాడు. సమాజాన్ని గౌరవిస్తాడు. అలాటి మనిషిని మీరు నమ్మవచ్చు.

నేను – నేను దాన్ని ఒక సూత్రంగా పాటిస్తానని చెప్పను. నా ఆచరణ కంటే నా సూత్రాలు చాలా ముందుంటాయి.

బాలయ్య – నావి కూడాను. నేను ఇంకా అధికం చెప్పగలను. నా సూత్రాలకంటే నా ఆచరణే నా ముందున్నది. కానీ సూత్రాన్ని గుర్తించక తప్పదు. ఆ మాటకే వస్తే, నా కొక ముసల్మాను ఖాన్‌సామా ఉన్నాడు. నేను మాత్రం కులాన్ని సమర్థిస్తాను. కాలం కంటె ముందున్న వ్యక్తులు ప్రపంచంలోని అంశాలను తిరస్కరించలేరు. వాళ్ళు కులం సూత్రాలను ధిక్కరించి ఆ పని చేయరాదు. కులం యొక్క అన్ని అంశాలను గ్రహించి వాటిని చాటిచెప్పేవారు, నియమాలన్నిటినీ అధిగమించే స్వేచ్ఛను, జ్ఞానం ప్రసాదించే స్వేచ్ఛను పొందుతారు. అట్టి వ్యక్తి నియమానికి మినహాయింపు అవుతాడు. రుషులనే

---

★ఈ గుర్తులున్న పదాలు తెలుగులో వున్నాయి.

చూడండి. వాళ్ళు శాసనాలు చేశారు. వాటిని ఉల్లంఘించిందీ వారే. మహా వ్యక్తి తనకు తానే శాసనం. అయితే అట్టి మహా వ్యక్తి ఇతరులకోసం – సామాజిక శాసనాలను వాటి కాఠిన్యాన్ని ఏ మాత్రం సడలించకుండా విధిగా – విధిగా నిలబెట్టాలి. నేను సేవలు చేస్తున్నట్టి మహారాజా గారి తాత్త్విక సూత్రం ఇదే.

పనికత్తెతో – నువ్వెంత దద్దమ్మవు చిన్న కప్పుతో పట్టుకొచ్చావు, ఇంకొకటి పట్టుకురా. అమ్మగారిని పట్టుకురమ్మను. అపవిత్రమైన నీ వేళ్ళతో దాన్ని మైల చేయకు. అమ్మగారిని కొంచెం బిస్కట్లు కూడా తెమ్మను.

ఆయన విస్కీ గుణగణాల గురించి ఉపన్యాసం సాగిస్తున్నాడు. నేను మద్యం ముట్టనని చెప్పాను. "అందుకు మీరంటే గౌరవం" అన్నాడాయన. "మిమ్మల్ని మెచ్చుకుంటాను. నియమం★ వంటిది మరేదీ లేదు" మరెవ్వరూ లేరు కదా అని ఆయన అటూ ఇటూ చూశాడు. బీరువా తెరచి ఒక సీసా, గ్లాసు బయటికి తీశాడు. ఒక పెగ్గు వంపుకొని దాని కింత సోడా కలిపి గుబుక్కున మింగేశాడు.

మరో కాఫీ కప్పు తీసుకుని సౌదామిని వచ్చింది. తల వంచుకొని గుమ్మం దగ్గర ఆగింది.

బాలయ్య – లోపలకురా. వీరు బ్రాహ్మలు. పవిత్రమైనవారు. నా మిత్రుడు.

ఆమె తల వంచుకొని అడుగులో అడుగు వేసుకుంటూ వచ్చి, కాఫీ ఉన్న పళ్ళెం బల్లమీద ఉంచింది. పెద్ద వెండి పాత్రలో కాఫీ ఉంది.

బాలయ్య ఆమెను పిలిచాడు. ఆమె దగ్గరకు వెళ్ళి ఆయనవేపు చూసింది. జాలరి కన్యను వివాహమాడిన రాజు పేరు చెప్పమంటాడు. ఆమె సమాధానం చెప్పకుండా వెనక్కి తిరిగి గదిలోనుండి వెళ్ళిపోతుంది.

బాలయ్య – మానవ స్వభావంలో, ముఖ్యంగా యవ్వన స్వభావంలో వికారం ఉంది. స్త్రీలలో అది మరీ అధికం. వెళ్ళిపోమ్మా అన్నాను అనుకోండి ఆమె ఉండిపోతుంది. ఉండమన్నాను అనుకోండి వెళ్ళిపోతుంది.

నాకు గడ్డు రోజులు. ఆమె అందం పరికించాలని కుతూహలంగా ఉంది. కానీ తండ్రి దగ్గిరే ఉన్నాడు. నేను అతిథిని కదా! అలా చూస్తే ఏమనుకుంటాడో, నేను మర్యాదగా వుండి వెళ్ళిపోవడం మంచిది. ఇంతకంటే మంచి అవకాశాలు లభించవచ్చు.

ఆయన హుక్కా తెచ్చుకొని గది అంతా ఘుమఘుమలాడే ధూమంతో నింపివేశాడు. ఆ హుక్కా టిప్పుసుల్తానుది.

అద్దాల గదినుంచి ఆ అమ్మాయి సౌందర్యం కొండలపైకి వ్యాప్తిచెందినట్లు కనిపించింది. ఆ భవనం ఒక దేవాలయం. ఆమె అందులో దేవత. ఆమె ఊటీకి ప్రాణం. పల్లపు మైదానాలకు, దూరపు కొండలకు, ప్రకృతికీ, హెలియ ట్రోప్, దేవదారు చెట్ల సుగంధ పరిమళ భరితమైన వాయువులతో ఆమె సౌందర్యం తేలిపోయింది. ఆమె స్ఫూర్తి సమస్త విశ్వాన్నీ ఆవరించింది. నక్షత్రాలు ఆమె ఆభరణాలు. ఆమె వెన్నెల వెలుగుల రాత్రి.

★తెలుగుపదం

గమనిక: ఉత్కృష్ట సౌందర్యమూ, యౌవన పరిమళమూ నిండిన దశలో ఆమె స్ఫూర్తి జాజ్వల్యమానంగా ఉంది. అవును. అట్లాగే ఉండక తప్పదు. ఆ తర్వాత అది తగ్గిపోవచ్చు. గులాబీ పువ్వు కొన్నాళ్ళకు వాడిపోవచ్చు. కానీ, పూర్తిగా వికసించిన దశలో దానికి అందమూ ఉంటుంది. పరిమళమూ ఉంటుంది.

వయసులో చిన్నదైనప్పటికీ ఆమె భావాలు ఉన్నతమైనవి. మనుషులను జయించినవాడికి ఉన్న గొప్ప గర్వభావం ఆమెకున్నది. ఆమె ఒక నెపోలియన్. ఆమెకు గొప్ప సంపద ఉన్నది. ఏ రాజుకంటే, చక్రవర్తికంటె మిన్నగా ఆమె ఇవ్వగలదు. ఇవ్వకుండా ఆపగలదు. తరచుగా జరిగేటట్టు రాచరికంతోగాక, ప్రేమతో కూడుకొన్న అధికార చైతన్యం ఆమెది.

ప్రేమ, తనకంటే అధికమైన దానితో మార్పిడి చెందుతుంది. అది తన ప్రమాదాలను గుర్తిస్తుంది. దోషాలు సైతం అందాన్ని పొందుతాయి. అజ్ఞానం కూడా సుగుణమే. లైంగిక ప్రేమ సుఖాలు ఏమిటో బోధించినటువంటి, నేర్చుకున్నటువంటి సంతృప్తి ఉంటుంది. జీవితం బోధించేదేమిటో స్త్రీకి తెలిసి వుండవచ్చు. కానీ పురుషుడు మాత్రం తనకు తెలియని, లేదా లీలగా మాత్రమే తెలిసిన జీవితాన్ని మొదట నేర్చుకుని, అంతట స్త్రీచేత దాని రేకులను ఒక్కొక్కటే ఆవిష్కరింపజేయడానికి ప్రయత్నిస్తాడు. ఇంటి వెలుపల పురుషుడు సాగించే కార్యకలాపాల్లో ఆమె పాలు పంచుకోలేదు. ఆమెకొక అస్తిత్వాన్ని ప్రసాదించేదే నిజమైన జీవితం. ఆమె జీవితానికి, ఆమె కుటుంబ జీవితానికీ వ్యత్యాసం ఉన్నది. ఇవన్నీ సోదరుడికి ఎంత మాత్రం పట్టవు. కానీ భర్త దృష్టిలో చాలా ముఖ్యమైనవి... వగైరా, వగైరా.

## 3

నేను: మీకెంతో ఋణపడి వున్నాను. మీ దయార్ద్రతకు బదులు చెల్లించలేను.

బాలయ్య : మీరు చెల్లించగలరు.

నేను : మీరేమీ చెప్పినా చేస్తాను.

బాలయ్య : పనిమీద వచ్చారా? సరదాగా వచ్చారా?

నేను : చెప్పుకోతగిన పనేమీ లేదు. సరదాగానే మైదాన భూముల్లోని ఎండవేడి నుండి తప్పించుకోడానికి, నీలగిరిలోని సుందర దృశ్యాలను చూడ్డానికి, ఆహ్లాదకరమైన ఇక్కడి గాలిని అనుభవించడానికి.

బాలయ్య : అయితే నాతో వారం రోజులపాటు వుంటానని వాగ్దానం చేయండి.

నేను : చాలా సంతోషంగా.

బాలయ్య: చాలా మంచిది. అంత వేగంగా వద్దు(?) వాగ్దానంలో ఇబ్బందులున్నాయి. మీ రెవ్వరినీ చూడరాదు. వీధుల్లోకి (?) వెళ్ళరాదు. ఈ ఇంట్లోనూ, అంతగా ఎవరూ తిరగని ఈ యింటి పరిసరాల్లో తిరిగే స్వేచ్ఛ మీ కుంటుంది. అతిథిగా ఒక (?) వాగ్దానం

చేయండి. మా కుటుంబం గురించి ఎవ్వరికీ ఒక్క మాట కూడా చెప్పకూడదు. మే మిక్కడ పూర్తిగా ఏకాంతంలో జీవిస్తున్నాము. ప్రపంచం దుర్మార్గమైంది, దీనికి కుతూహలమూ, కిరాయి తత్వమూ మెండు. నా కూతురు అవివాహిత. ఆమె పెళ్ళి చేసుకుని బాహ్య ప్రపంచంలోకి వెళ్ళిపోతుంది. అంతవరకు నేను అనుకుంటే తప్ప, ఆమెను ఎవ్వరూ చూడకూడదు. తెలుసుకోకూడదు. ఈ రోజుల్లో యిది తండ్రి బాధ్యత. నా కూతురుకు బాల్యంలోనే వివాహం చేశాను కాదని విచారిస్తున్నాను. ఆమెకిప్పుడు సొంత ఆలోచన ఉంది. అయినా చిన్న పిల్లకేం తెలుస్తుంది. తనకు తెలుసునని ఆమె అనుకొంటుంది. నాకేమో సందేహాలున్నాయి. నేను ఇతరులపై ఆధారపడక తప్పదు. నా బంధువుల సలహాను నేను నమ్మలేను. వారి సలహాల్లో స్వార్థం వుంటుంది. యువకుల సలహాలూ అంతే. మీరు యిక్కణ్ణుంచి వెళ్ళే లోపల నేను మీ సలహా అడగవచ్చు. నేను అనుకుంటే, ఆమెను, ద్రౌపదిలాగా ఒకేసారి డజన్ మంది జమీందార్ల కిచ్చి పెళ్ళి చేసెయ్యగలను. ఆమె కడగంటి చూపుకోసం వారేమైనా చేయగలరు. ఆమె సౌందర్యానికి నేను గర్విస్తున్నాను. వయసులో వున్నప్పుడు ఆమె తల్లిని మీరు చూడవలసింది. అది మరో కథ అనుకోండి.

నెల్లూరు బ్రాహ్మడు కాఫీ తీసుకొచ్చాడు. ఆయన శుభ్రంగా స్నానం చేసి పూజా అవీ చేశాడు. జుట్టులో పూవు దోపాడు, (భంగు, మతం, స్త్రీ) భంగు పుచ్చుకున్నప్పుడు తూలుతూ నడుస్తాడు. మహాత్మ్యాలు చేసిన అతడి గురువు రాసిన జాబులు, ఊటీ పుట్టు పూర్వోత్తరాలు గురించీ కాకమ్మ కథలు, పౌరాణిక ఆసక్తిగల, కల్పనాశక్తి వున్న బుద్ధి అతనిది. అనుభవాల (?) గురించి చెప్పాడు. కొన్ని విషయాలున్నాయి. కానీ వాటిగురించి చెప్పకూడదట. జీవితం మహా విలువైంది! నాయుడు మంచివాడు. అతడు తనను ఎప్పుడూ వదలడు. అయితే నాయుడు వుంచుకున్న ఆమె మాత్రం గయ్యాళి. పిసినిగొట్టు. ఆమె గుండె రాయి. ఆ అమ్మాయి దేవత. అరగంటలో అన్ని విషయాలూ సంపూర్ణంగా రేఖా చిత్రంలో చూపాడు. ఆయన అసలు భార్య, కుటుంబం వాల్తేరులో వున్నారు.

## 4

కవి: స్త్రీ లేచి తిరగబడాలి. మనుషుల్లో మేలైనది. ఆమె అబల అని మీరంటారు. అర్థంలేని మాట. మన దేశంలోని రైతు కుటుంబం స్త్రీ, పొలంలో కునుకుపాట్లుపడే పురుషుడి కంటె బలమైంధి, గట్టిది, ఓపిక గలదీను. నాట్లు వేసేది ఎవరు? చెప్పు దద్దమా, పత్తి ఏరేది ఎవరు? చింతపండు*లోని పిక్కలు తీసేదెవరు? అన్ని పనులకూ పనిమనిషి ఎవరు? వడ్లు దంచేది ఎవరు? యిత్యాది.

ఇక మన స్త్రీల గురించీ, ఉన్నత కులాల స్త్రీల గురించి, ఆమె నీళ్ళు తోడుతుంది. వంటా వార్పూ చేస్తుంది. నాగరికత గల స్త్రీ – దైవసృష్టిలో ఉత్కృష్టమైనదయినా ఈమె శారీరకంగా బలహీనురాలని నేను ఒప్పుకుంటాను. కానీ, పాశవిక శక్తిని ఎందుకూ

---

*తెలుగుపదం.

పనికిరానివిగా చేసే పరికరాన్ని ఆమె చేతుల్లో పెడదాం. ఖడ్గవిద్య స్త్రీ మాత్రమే నేర్చుకోవాలి.

నేను : వారి కది బాగా తెలుసు.

కవి : మీకు ఎప్పుడు హాస్యమాడాలో తెలీదు. పురుషునికి బుద్ధిమాంద్యం, క్రూరత్వం వున్నాయి కాబట్టి స్త్రీ కత్తిసాము చేస్తుంది.

బయటకు వెళ్ళే సమయంలో ప్రతి స్త్రీకి ఆయుధం వుండాలి. (రివాల్వరూ, బాకు.)

నేను : చంపడానికి ఆమె కళ్ళు చాలుననుకుంటా.

కవి : అవును. అవి అయిదు హృదయాలను జయించగలవు. కాని, బుల్లెట్లూ, కత్తీ అవసరమయ్యే ఆటవిక మనుషులున్నారు.

అప్పుడు మాత్రమే క్రూర పురుషుల దారినుంచి స్త్రీ తన్ను తాను-రక్షించుకోగలదు.

వంట చేయడాన్ని నిషేధించి పారేయాలి. దుకాణం నుంచి ఆహారం తెచ్చుకోవాలి. దాన్ని వెచ్చపెట్టడానికి అవసరమైన సామగ్రి ఉంచుకోవాలి. దుకాణంలోనే వంట బాగుంటుంది. ప్రతి వీధికి ఒక దుకాణం వుండాలి. కుటుంబం అక్కడకు వెళ్ళి భోంచేస్తుంది. ఇక వంటా వార్పూ చింతే వుండదు. ఇట్లా శక్తి ఎంతగా పొదుపు అవుతుందని!

నేను : కాని పేదవాళ్ళు ఆ విధంగా ఆహారం కొనుక్కోలేరు.

బాలయ్య : అతని వూహా స్వర్గంలో పేదలే వుండరు.

కవి : ఊహాస్వర్గమా! నేను వాస్తవమైన యీ ప్రపంచం గురించే మాట్లాడుతున్నా. కవీ, ప్రవక్తా ఎల్లప్పుడూ కాలం కంటే ముందే వుంటారు.

ఖడ్గ విద్యాభ్యాసం విషయం బాలయ్యకు నచ్చింది.

కవిగారు ఖడ్గవిద్య నేర్పడానికి పూనుకుంటాడు. ఆమె నేర్చుకోవడం ప్రారంభిస్తుంది. పెత్తనం అంతా ఆయనదే. ఆమెకు కవిత్వం కూడా నేర్పుతారు. ఆమె పద్యాలు చదవడం ప్రారంభిస్తుంది.

## 5

ఒక జమీందారు ఆమెను ఎత్తుకుపోవడానికి ప్రయత్నిస్తాడు. ఆమె అతన్ని కత్తితో పొడిచేస్తుంది. కవి దెబ్బతింటాడు. రక్తం కారుతుంది. లేడి లాగా, కొండల మీద గంతులేస్తూ ఆమె తిరిగి వస్తుంది. కవి గారిని రిక్షాలో పడేసి తీసుకొస్తారు. కొండల్లో గుర్రపు స్వారీ చేస్తుండగా జమీందారుని థగ్గులు (సోదరుడు?) పొడిచి చంపినట్లు మరుచటి రోజు విన్నాం.

కవి ఆమె సోదరుణ్ణి కత్తిసాములో కింద పడేస్తాడు. అతనిని నరుకుతానంటాడు. ఆమె జోక్యం చేసుకుంటుంది. అతను లేస్తాడు. వాళ్లు పక్కకుపోయి మాట్లాడుకుంటారు. మౌనంగా ఉండమని ఆమె అదేశిస్తుంది.

వారి మనో ప్రవృత్తుల మధ్య, నైతిక దృక్పథాల మధ్య తేడా వుంది. మతపరమైన

అభిప్రాయలు వగైరా ఒకటి మాత్రం ఇద్దరికీ ఉమ్మడి లక్షణం ఉంది. తమకు ఎలా తోస్తే అలా చేసే తత్వం (?) ఎవరి పద్ధతిలో వారు గట్టివాళ్లే. సౌదామినికి తన తల్లి పుట్టుక గురించి తెలుసు. ఆమె హృదయాన్ని అది పురుగులాగా తొలుస్తూంది.

## 6

ట్యూడర్ హాలు వద్దకు కవిగారు (?)

సౌందర్యం.

నా ప్రియా! కంగారుపడకు. నా ప్రియా అని నేనంటే నీకు కలిగే హాని ఏముంది? నేనా మాటను ఒక అర్థంలో, చాల సముచితమైన అర్థంలోనే వాడుతున్నాను. నిన్ను ప్రేమిస్తున్నాను. అయితే నా ప్రేమ నీ కెలాంటి హానీ కలిగించదు. నాకు నీ స్నేహం కావలెను. అంతకంటే ఎక్కువ నేనడగలేను. నిన్ను చూడడమే నాకు అమితానందం. నీ మాటలు సరస సంగీతం. నీ మాటలు నిత్యమూ నవనవోన్మేషం. శృంగార ఇంద్రధనుస్సుతో నీవీ వాతావరణాన్ని ఏలుతున్నావు – తేజోవలయంతో అని అననా? సరే, దానితోనే. నేనే గనక.... ధనవంతుడినై వుంటే, రావణుడు సీతను ఎత్తుకెళ్ళినట్లు నేను నిన్ను సముద్రం మధ్య గల ద్వీపానికి ఎత్తుకెళ్ళి వుండేవాడిని. అక్కడ నిన్ను సౌందర్య రాజ్యానికి పట్టపురాణిని చేసి వుండేవాడిని.

స్త్రీలు పుష్పిస్తున్న వృక్షాల వంటివారు. మేము అక్కడ చేరుకోడానికి ముందే కొన్ని వృక్షాలు పుష్పించాయి. గన్నేరు మొక్కలు నిశ్చలంగా వున్నాయి. అలాగే కమేలియా మౌనంగా వుంది. ఏవేవో స్థితుల్లో వున్నాయి. మనం చికాకుపడే ఛిర్ప్ కొన్ని బంగారు కాంతులతో పుష్పించి, పూలూ పుప్పొడులతో విలసిల్లుతున్నాయి.

నా లైంగిక దృష్టి కళ్ళు తెరిచేసరికి కొంతమంది స్త్రీలు సంపూర్ణంగా వికసించారు. మూడు తరాల స్త్రీ పుష్పాలు నా ముందు వెళ్ళిపోయాయి. నీవు నాలుగవ తరం దానవు. స్త్రీలు ఎందుకు పెళ్ళి చేసుకోవాలీ అంటే పరుల దృష్టిలో స్త్రీ తన సౌందర్యాన్ని, సౌకుమార్యాన్ని కోల్పోవచ్చు. కాని, హృదయమూ, మెదడూ గల భర్త దృష్టిలో మాత్రం భార్య సౌందర్యం ఎన్నటికీ తరగదు. ఒక యువకుడు ఒక యువతిని వివాహమాడినప్పుడు ఆమె అందం కేవలం శారీరకమైనది. అయితే కాలచక్రం కదిలేకొద్దీ కలయికలు, దైనందిన జీవిత బంధాలు, బిడ్డలు, ఉమ్మడి ఆనందాలు. దుఃఖాలు, ప్రేమ అధికంగా లేకపోవచ్చు. కాని, ఆమె భర్త యెడల చూపే సహజమైన అపేక్ష – ఇవన్నీ తరిగిన స్థానాన్ని భర్తీ చేస్తాయి. కళ్ళల్లో తగ్గిన కాంతి స్థానాన్ని పూరిస్తాయి – యిత్యాది.

కానీ, కొంతమంది స్త్రీలకు సౌందర్య పోషణ గురించి తెలుసు. వారు తక్కిన వారికంటె తమ సౌందర్యాన్ని ఎక్కువ కాలం భద్రంగా కాపాడుకుంటారు. వీరు శ్రమ చేసేవారు. వీరు ఆనంద ప్రవృత్తి కలిగినవారు – తత్వజ్ఞులంటాను. కాబట్టి నువ్వు నీ అందాన్ని కాపాడుకోవాలనుకుంటే – అది నిజంగా కాపాడుకోతగిన సంపద – శ్రమించు, శ్రమించు.

ఆరుబయట గాలిలో నడు, సైకిల్‌తొక్కు, గుర్రపు స్వారీ చెయ్యి, తత్వవేత్తగా జీవించు. ఈ ప్రపంచపు కష్టాలు నీ నుదుటిపై ముడతలు పడెయ్యకూడదు.

కథానాయకుడు – జన్మతః నీలో స్వేచ్ఛా సాంప్రదాయాలున్నాయి. నువ్వు వివాహం చేసుకుని, నిన్ను నువ్వు మరొకరికి ఎందుకు అమ్ముకోవాలి?

అయితే శారీరక సౌందర్యం కంటె నీ కళ్ళల్లో నీ జీవితంలో ఎక్కువ సౌందర్యం చూడగల పురుషుని నువ్వు వివాహ మాడాలి. అందం నశిస్తుంది.

అయితే, ఈ సమస్యకు మరో పార్శ్వం కూడా వున్నది. నేను అసహ్యించుకునే మనిషితో శాశ్వతంగా ఎలా కాపురం చేసేది? ఈ సమస్యపై నేను సాధికారంగా ఏమీ చెప్పలేను. స్త్రీ ఏమనుకుంటూ ఉంటుందో నే నెలా చెప్పగలను? నా దేశంలో ఎక్కువమంది స్త్రీలు ఏమీ అనుకొనేటట్టు లేరు. అది తమ ఆచారం. తాము పుట్టిందే అందుకని వారు అనుకుంటారు. ఆడ పుట్టుక అధ్వాన్నం అన్న లోకోక్తి వున్న మాట వాస్తవం. అవును నిస్సందేహంగా. పురుషుడు కురూపిగా తయారయ్యేసరికి స్త్రీ మరణిస్తుంది (?) ప్రేమ లేదు. కేక (?) వచ్చిన చిక్కేమిటి?

ఉదాహరణకు మగవారికి కుష్ఠ రోగం సంభవిస్తుంది. లేక అతడు శాశ్వత అశక్తుడుగా తయారవుతాడు. అప్పుడు కూడా అతని భార్య అతనిని ప్రేమిస్తే... లేక అతడికి బిడ్డలు ఉండి, వారు అదంతా సహిస్తూ ఉంటే, ఉపాధి కోల్పోయిన భర్తకు కాని, భార్యకు కానీ ప్రభుత్వమే ప్రత్యేక వనరులు కల్పించాలి. పనికిమాలిన వారయితే అని నా ఉద్దేశం. ప్రస్తుతం ఉన్న బంధం మరీ బిగుసుకునిపోయి వుంది... నిస్సందేహంగా.

(అసంపూర్ణం)